ഫിദൽ കാസ്ട്രോ

fidel castro

(drama)

•

jinesh kumar eramam

•

first edition
august 2014

•

typesetting & published
chintha publishers, thiruvananthapuram

•

cover
vinod

വിതരണം

ദേശാഭിമാനി ബുക്ക് ഹൗസ്

H O തിരുവനന്തപുരം–695 035
phone: 0471-2303026, 6063026
www.chinthapublishers.com
chinthapublishers@gmail.com

ബ്രാഞ്ചുകൾ

ഹെഡ്ഓഫീസ് ബ്രാഞ്ച് കുന്നുകുഴി • സ്റ്റാച്യു തിരുവനന്തപുരം • കെ എസ് ആർ ടി സി ബസ് സ്റ്റേഷൻ ആലപ്പുഴ • കെ എസ് ആർ ടി സി ബസ് സ്റ്റേഷൻ എറണാകുളം • മച്ചിങ്ങൽ ലെയ്ൻ തൃശൂർ • ഐ ജി റോഡ് കോഴിക്കോട് • മാവൂർ റോഡ് കോഴിക്കോട് • എൻ ജി ഒ യൂണിയൻ ബിൽഡിങ് കണ്ണൂർ • സെൻട്രൽ ബസ് ടെർമിനൽ കോംപ്ലക്സ് താവക്കര കണ്ണൂർ

CO - 2008 / 3381

ഫിദൽ കാസ്ട്രോ
(നാടകം)

ജിനേഷ് കുമാർ എരമം

ചിന്ത പബ്ലിഷേഴ്സ്
തിരുവനന്തപുരം-695 035

ജിനേഷ് കുമാർ എരമം

കണ്ണൂർ ജില്ലയിലെ എരമത്ത് ജനനം. അച്ഛൻ രാമചന്ദ്രൻ പുത്തൂർ. അമ്മ: എം എം രുഗ്മിണി.

ദേശാഭിമാനി പത്രാധിപസമിതി അംഗമായിരുന്നു. പൂനെ ഫിലിം ഇൻസ്റ്റിറ്റ്യൂട്ടിൽ ഫിലിം അപ്രീസിയേഷൻ കോഴ്സ് ചെയ്തിട്ടുണ്ട്. 'നവോത്ഥാനമൂല്യങ്ങളും മലയാളസിനി മയും' എന്ന വിഷയത്തിൽ ഡോക്ടറേറ്റ് നേടി. ചലച്ചിത്ര അക്കാദമിയുടെ ഫെലോഷിപ്പ് ലഭിച്ചിട്ടുണ്ട്. 2006 ൽ അല അവാർഡ് നേടിയ *ഇരുട്ടിൽ എന്നപോലെ,* എസ് ഐ ഇ ടി അവാർഡ് നേടിയ *പൊട്ടൻ* എന്നിവ ഉൾപ്പെടെയുള്ള ഡോ ക്യുമെന്ററികൾ സംവിധാനം ചെയ്തു. വിക്ടേഴ്സ് ചാന ലിൽ 'പുസ്തകച്ചങ്ങാത്തം' എന്ന പ്രതിവാരപംക്തി കൈ കാര്യം ചെയ്യുന്നു. കവിതയ്ക്ക് കൽക്കത്ത കേരളസമാജം, തൃശൂർ അങ്കണം, എറണാകുളം ബീം, തിരുവനന്തപുരം കേദാർ (കനകശ്രീ), ലേഖനത്തിന് ദുബായ്ദല എന്നിവയുടെ അവാർഡുകൾ ലഭിച്ചിട്ടുണ്ട്. ഇപ്പോൾ മാടായി ഗവ. ബോയ്സ് ഹയർസെക്കണ്ടറി സ്കൂളിൽ പ്ലസ്ടു അധ്യാപകൻ. കൃതികൾ: *ചരിത്രത്തെ ചുവപ്പിച്ചവർ, വിപ്ലവയൗവനത്തിന്റെ കനൽവഴികൾ, ജീവിതം സമരരൂപകം, മുനയൻകുന്ന്, സിനിമയുടെ നിലപാടുകൾ.*

ഭാര്യ	:	ജയശ്രീ.
മക്കൾ	:	ദയ, ജീവൻ
വിലാസം	:	തണൽ, പെരിയാട്ട്,
		പിലാത്തറ (പി ഒ) 670501.
		കണ്ണൂർജില്ല.
ഫോൺ	:	04972-802060,
മൊബൈൽ	:	9447470136

പ്രസാധകക്കുറിപ്പ്

വിപ്ലവകാരികൾ ചരിത്രം സൃഷ്ടിക്കും; ചരിത്രം വിപ്ലവകാരിക ളെയും. ക്യൂബയുടെ വിപ്ലവനേതാവ് ഫിദൽ കാസ്ട്രോയുടെ ജീവിതം ഇതിഹാസതുല്യമായ ഒന്നാണ്. സാഹസികത മുറ്റിനിന്ന ജീവിത മുഹൂർ ത്തങ്ങൾ. സാമ്രാജ്യത്വത്തിന്റെ മൂക്കിനുകീഴെ ചെറുത്തുനിൽപ്പിന്റെ മഹാ മേരുവായി നിലകൊണ്ട ഫിദലിന്റെ ജീവിതകഥ നാടകരൂപത്തിൽ ആവി ഷ്കരിക്കുക എന്ന കാര്യം പ്രയാസമേറിയതാണ്. തികഞ്ഞ രാഷ്ട്രീയ ധാരണയും നാടകാവബോധവുമുള്ള ഒരാളിനു മാത്രമേ അത് വിജയക രമായി നിർവഹിക്കാനാവൂ.

നാടകം സ്റ്റേജിൽ അവതരിപ്പിക്കാനുള്ളതാണ്.

വൈകാരികത ചോർന്നുപോകാതെ വായിക്കാനും സ്റ്റേജിൽ അവ തരിപ്പിക്കാനും ഉതകുന്ന കൃതിയാണ് *ഫിദൽ കാസ്ട്രോ*. ജിനേഷ് കുമാർ എരമത്തിന്റെ ഈ കൃതി അഭിമാനപൂർവം അവതരിപ്പിക്കുന്നു.

ചിന്ത പബ്ലിഷേഴ്സ്

ദമാം സംഘചേതനയും പയ്യന്നൂർ
എതിർദിശ നാടകവേദിയും ചേർന്ന്
ഫിദൽ കാസ്ട്രോ അരങ്ങിലെത്തിച്ചപ്പോൾ
ശിൽപ്പികളായി പ്രവർത്തിച്ചവർ

നിർമാണ നിർവഹണം	:	പി കെ സുരേഷ് കുമാർ
നിർമാണ നിയന്ത്രണം	:	ടി വി പ്രദീപൻ
ഗാനരചന	:	പ്രഭാവർമ്മ, കരിവെള്ളൂർ മുരളി
സംഗീതം	:	കൈതപ്രം വിശ്വനാഥൻ നമ്പൂതിരി,
		കാഞ്ഞങ്ങാട് രാമചന്ദ്രൻ.
ചമയം	:	പട്ടണം റഷീദ്
വസ്ത്രാലങ്കാരം	:	മനോജ്
സംവിധാനം	:	ബാബു അന്നൂർ

ക്യൂബൻ വിപ്ലവത്തിന്റെ ചരിത്രസ്പന്ദനവുമായി
'ഫിദൽ കാസ്ട്രോ'

സുരേഷ് ബാബു ശ്രീസ്ഥ

സമരങ്ങളും പോരാട്ടങ്ങളും ചരിത്രത്തിന്റെ സത്യസന്ധതയോടെ അരങ്ങിലെത്തിക്കുക എന്നത് നാടകപ്രവർത്തകർക്ക് എന്നും ഒരു വെല്ലു വിളിയാണ്. അത്തരം ഒരു വെല്ലുവിളിയെ വളരെ ധീരതയോടെ ഏറ്റെ ടുത്ത് ക്യൂബൻ വിപ്ലവത്തിന്റെ വഴിത്താരകളും അതുവഴി ഫിദൽ കാസ്ട്രോ എന്ന ജീവിതേതിഹാസവും വളരെ ഊർജസ്വലതയോടെ അരങ്ങിലെത്തിച്ചിരിക്കുകയാണ് *ഫിദൽ കാസ്ട്രോ* എന്ന നാടകത്തി ലൂടെ പയ്യന്നൂർ എതിർദിശ നാടകസംഘം. ജിനേഷ് കുമാർ എരമം രച നയും ബാബു അന്നൂർ സംവിധാനവും നിർവഹിച്ച രണ്ടുമണിക്കൂർ ദൈർഘ്യമുള്ള ഈ നാടകം കാലത്തിനോടൊപ്പം സഞ്ചരിക്കുന്ന ഏതൊരു നാടകാസ്വാദകനും വളരെ ഹൃദ്യമായിത്തീരുന്നു.

2004 ഒക്ടോബർ 20 ന് ഹവാനയിലെ ഒരു പ്രസംഗവേദിയിൽ കുഴഞ്ഞു വീഴുന്ന കാസ്ട്രോവിൽ നിന്നാണ് നാടകം ആരംഭിക്കുന്നത്. ചെറിയ ഒരു ദേഹാസ്വാസ്ഥ്യത്തോടെ ആശുപത്രിയിൽ കിടക്കുന്ന അദ്ദേഹം മരിച്ചുവെന്ന് ലോകത്തെ ബോധ്യപ്പെടുത്താൻ ശ്രമിക്കുന്ന അമേരിക്കൻ സാമ്രാജ്യത്വത്തിന്റെ നരാധമത്വത്തെ മാധ്യമങ്ങളിലൂടെ കണ്ടറിയുന്ന കാസ്ട്രോയ്ക്ക്മുന്നിൽ ആശുപത്രിക്കെട്ടിടത്തിന് മുന്നി ലായി തന്റെ ജീവനുവേണ്ടി വിലപിക്കുന്ന ആയിരങ്ങളുടെ ശബ്ദം ഉയർന്നുകേൾക്കുന്നു:

"ക്യൂ വീവാ... ഫിദൽ കാസ്ട്രോ..."

അതിന്റെ ഊഷ്മളതയിൽ ആ മനസിൽ തെളിയുന്ന ക്യൂബൻ വിപ്ലവ ചരിത്രമാണ് തുടർന്ന് അരങ്ങിൽ തെളിയുന്നത്.

1947 ൽ ഹവാന യൂണിവേഴ്സിറ്റിയിൽ ട്രുജില്ലോക്കെതിരെ പോരാ ടുന്ന ഫിദൽ, സാൻ മാർട്ടിന്റെ ക്യൂബയ്ക്കെതിരെ പ്രതികരിച്ചതിന് മാഫി

യകൾ വന്ന് തന്നെ മർദിക്കുമ്പോൾ നിഷ്ക്രിയരായി നോക്കിനിൽക്കുന്ന സഹപാഠികളെ നോക്കി പറയുന്നതിങ്ങനെയാണ്:

"പോരാട്ടം മുറുകുമ്പോൾ ഒറ്റപ്പെട്ട അനുഭവമേ എനിക്കുണ്ടായി ട്ടുള്ളൂ. എല്ലാവരും വെറും നോക്കുകുത്തികളെപ്പോലെ."

അവിടെ ക്യാംപസ് ജീവിതത്തിൽ ഫിദലിനെ സ്വാധീനിച്ച ചിബാസും ജുവാനും ഒക്കെ മായാത്ത ചരിത്രമുദ്രകളായി നാടകത്തിൽ അടയാളപ്പെടുത്തുന്നു, ഒപ്പം നാടകത്തിലെ മറക്കാനാവാത്ത കഥാപാ ത്രങ്ങളായും അവർ മാറുന്നു.

തുടർന്നുള്ള രംഗത്തിൽ ഫിദൽ എന്ന മനുഷ്യന്റെ വ്യക്തിജീവിത ത്തിന്റെ വിശദാംശങ്ങളും 'മിർത്ത'യുമായുള്ള പ്രണയവും ദൃശ്യവൽക്ക രിക്കപ്പെടുന്നു. "ഒരു വിപ്ലവകാരിയുടെ മനസിൽ സ്വന്തം ജീവിതം ഒരി ക്കലും സ്വന്തം മാത്രമല്ല" എന്ന ഉറച്ച തീരുമാനവുമായി നടന്നുനീങ്ങുന്ന ഫിദൽ, മിർത്തയുടെ പ്രണയത്തിനു മുന്നിൽ "നിന്റെ സങ്കൽപ്പത്തിലെ ഭർത്താവാകാൻ എനിക്ക് പറ്റില്ല" എന്നു പറയുമ്പോൾ, "നിന്റെ സങ്കൽപ്പ ത്തിലെ ഭാര്യയാവാൻ എനിക്ക് പറ്റുമെങ്കിലോ?" എന്ന മറുചോദ്യവുമായി സഹനത്തിന്റെയും ത്യാഗത്തിന്റെയും ലോകത്തിലേക്ക് മിർത്ത ഫിദലി നോടൊപ്പം നടന്നുനീങ്ങുന്നു.

പക്ഷേ, ആ ബന്ധം അധികം നീണ്ടുനിന്നില്ല. ഒരു വിപ്ലവകാരിയെ സംബന്ധിച്ചിടത്തോളം 'ഇരതേടലും ഇണചേരലും മാത്രമല്ല ജീവിതം' എന്ന കാഴ്ചപ്പാടിനോട് ചേർന്നു നിൽക്കാനാവാതെ ഇടിമിന്നൽ നിറഞ്ഞ ഒരു രാത്രിയിൽ മിർത്തയും ഫിദലും വഴിപിരിയുന്നു. അതൊന്നും പക്ഷേ, ആ മനുഷ്യനെ തളർത്തിയില്ല. ചോരമണക്കുന്ന വഴികളിലൂടെ ഒരു ജനതയുടെ മോചനം എന്ന ലക്ഷ്യത്തിനുവേണ്ടി അദ്ദേഹം ക്യൂബൻ രാഷ്ട്രീയത്തിന്റെ ചതുപ്പുനിലങ്ങളിലേക്ക് സ്വന്തം ജീവിതം മറന്നുകൊണ്ട് നടന്നുനീങ്ങുന്നു. ആ യാത്രകളിൽ നഷ്ടങ്ങളും ദുഃഖങ്ങളും എന്നും സഹ യാത്രികരായിരുന്നു. എപ്പോഴും ഒരു സാന്ത്വനമായി കൂടെനിന്ന ചിബാസ് സ്വയം വെടിവച്ച് മരിച്ചപ്പോൾ ഒരു നിമിഷം ഫിദൽ തളർന്നുപോകുന്നു. പക്ഷേ, ആ ചോര ജീവിതോർജമായി നെഞ്ചകത്തിൽ പടർത്തിക്കൊണ്ട് അദ്ദേഹം വീണ്ടും പോർനിലങ്ങളിലെത്തി; കരിമ്പുപാടങ്ങളിൽ.. മലമു കളിൽ, ഒടുവിൽ ജയിലിൽ!

ജയിലിലെ ഏകാന്ത തടവിലിരുന്നുകൊണ്ട് ഫിദൽ *കമ്യൂണിസ്റ്റ് മാനിഫെസ്റ്റോ* വായിക്കുന്ന രംഗം നാടകത്തിലെ മനോഹരമായ സീക്വൻസ് ആണ്. അധികാരികളുടെ ചതിക്കുഴികൾ ഒരുക്കിയ ജയിൽ ശിക്ഷക്കെതിരെ രാജ്യമാകെ പ്രതിഷേധമിരമ്പി. ഗത്യന്തരമില്ലാതെ ബാത്തിസ്ത പൊതുമാപ്പു പ്രഖ്യാപിച്ചു. ഫിദൽ ജയിൽ മോചിതനായി. തുടർന്നങ്ങോട്ട് ഫിദലിന്റെ പോരാട്ടങ്ങളുടെയും ത്യാഗസമരങ്ങളുടെയും ചിത്രങ്ങൾ അരങ്ങിൽ തെളിയുന്നു.

മെക്സിക്കോയിൽനിന്ന് 'ഗ്രാമ്മ' എന്ന പത്തേമാരിയിൽ ക്ഷോഭിച്ച കടലിലൂടെയുള്ള ഫിദലിന്റെയും സംഘത്തിന്റെയും യാത്രയുടെ ദൃശ്യ

വൽക്കരണം സംവിധായകന്റെ പ്രതിഭാംശമുള്ള കരവിരുത് വിളിച്ചോ
തുന്നു. ഭംഗിയാർന്ന വെളിച്ചവിതാനത്തിലൂടെയും ശബ്ദസാന്നിധ്യത്തി
ലൂടെയും ചലനങ്ങളിലൂടെയും ഇരമ്പുന്ന കടലും യാത്രയും ഓരോ
പ്രേക്ഷകന്റെയും മനസിൽ മായാത്ത കാഴ്ചയായി അവശേഷിക്കും.
സാമ്രാജ്യത്വത്തിന്റെ ചുഴലിക്കാറ്റിനെ പ്രതിരോധിക്കുന്ന വിപ്ലവകാരിക
ളുടെ ധൈര്യത്തെയും ചെറുത്തുനിൽപ്പിനെയും ദൃശ്യവൽക്കരിക്കുന്ന
തിലും സംവിധായകൻ വിജയിച്ചിട്ടുണ്ട്. ചതുപ്പുനിലങ്ങളിലൂടെ ജീവൻ
പണയംവച്ച് നടത്തുന്ന യാത്രയുടെയും പർവതനിരകളിലൂടെ അരിച്ചി
റങ്ങുന്ന സമരവീര്യത്തിന്റെയും ദൃശ്യവൽക്കരണവും പ്രേക്ഷകമന
സിനെ തൊട്ടുണർത്തുന്നു.

ക്യൂബൻ വിപ്ലവത്തിന്റെ നാൾവഴികളിലേക്ക് മഹാനായ ചെയുടെ
വരവും ഇരുവരും ചേർന്ന് നടത്തുന്ന പടയൊരുക്കവും വിപ്ലവത്തിന്റെ
വിജയവും നാടകം അനാവരണം ചെയ്യുന്നു. ചെയുടെ തിരോധാനം
നൽകിയ മാനസിക സംഘർഷങ്ങൾ അനുഭവിക്കുന്ന ഫിദലിന്റെ
വൈകാരികാവസ്ഥ അതീവ ഭംഗിയോടെ ഫിദലായി വേഷമിട്ട ബാബു
അന്നൂർ അവതരിപ്പിച്ചിരിക്കുന്നു.

കാലം നൽകിയ അവശതയിലും സാമ്രാജ്യത്വത്തിന്റെ ദുരിതക്കെ
ണിയിൽ ജീവിക്കുന്ന ഈ ലോകത്തോട് ഫിദൽ ആഹ്വാനം ചെയ്യുന്നു:
"പോരാടുക... കടലിനോട്... കാറ്റിനോട്.. ഭ്രാന്തുപിടിച്ച ഈ കാലത്തി
നോട്! ക്യൂ.. വീവാ... റവലൂഷൻ!"

ഫിദൽ കാസ്ട്രോ എന്ന മഹത്തായ പ്രതിഭാംശത്തെ അരങ്ങിന്റെ
പരിധിയിൽ ഒതുക്കുക ഏറെ ശ്രമകരമാണ്. കരവിരുതോടെ ശ്രദ്ധയോടെ
ഭംഗിയോടെ നാടകകൃത്ത് ഈ രചന നിർവഹിച്ചിരിക്കുന്നു. ലളിതമായ
സങ്കേതങ്ങളിലൂടെ അരങ്ങിന്റെയും അഭിനയത്തിന്റെയും സാധ്യത പര
മാവധി ഉപയോഗപ്പെടുത്താൻ പ്രധാന നടൻ കൂടിയായ ബാബു അന്നൂർ
എന്ന സംവിധായകൻ ശ്രദ്ധിച്ചിരിക്കുന്നു. ഫിദലായി ബാബു അന്നൂരും
റൗൾ കാസ്ട്രോയായി മനോജും മിർത്തയും സീലിയയുമായി പൂജാ
വിജയനും ശ്രദ്ധേയമായ അഭിനയമാണ് കാഴ്ചവച്ചിരിക്കുന്നത്. പ്രഭാ
വർമ്മയും കരിവെള്ളൂർ മുരളിയും എഴുതിയ ഗാനങ്ങളും, കൈതപ്രം
വിശ്വനാഥൻ നമ്പൂതിരിയുടെയും കാഞ്ഞങ്ങാട് രാമചന്ദ്രന്റെയും സംഗീ
തവും നാടകത്തെ കൂടുതൽ മിഴിവുറ്റതാക്കുന്നു. പട്ടണം റഷീദിന്റെ
ചമയവും കാലത്തിനോടും ചരിത്രത്തോടും കൃത്യമായി നീതിപുലർത്തു
ന്നതായി.

അരങ്ങ് പോരാട്ടത്തിന്റേതാണ് എന്ന് ഓർമപ്പെടുത്തുന്ന *ഫിദൽ
കാസ്ട്രോ* വർത്തമാനകാല നാടകവേദിയിലെ ഒരു വേറിട്ട ശബ്ദമാണ്,
വേറിട്ട കാഴ്ചയും.

നന്ദി

പി കെ സുരേഷ്കുമാറിന്
എം പ്രദീപന്
നാടകീയസംഘർഷങ്ങളുടെ കാണാപ്പുറങ്ങളിലേക്ക്
വഴികാട്ടിയ തിരക്കഥാകൃത്ത്
മനോജിനും
നടനും സംവിധായകനുമായ ബാബു അന്നൂരിനും
പിന്നെ, കൂട്ടായ്മയിലെ എല്ലാ അംഗങ്ങൾക്കും.

രംഗം – 1

(വേദിയിൽ ഫിദൽ കാസ്ട്രോ പ്രസംഗിക്കുകയാണ്.)

കാസ്ട്രോ : ഇന്ന്, 2004 ഒക്ടോബർ 20. തിരിഞ്ഞുനോക്കുമ്പോൾ, ചരിത്രത്തെ മാറ്റിമറിച്ച നിരവധി ഒക്ടോബറുകൾ കൺമുന്നിൽ തെളിയുന്നു. സഖാവ് ചെ ധീരരക്തസാക്ഷിയായത് 37 വർഷം മുമ്പ് ഒക്ടോബറിലാണ്. റഷ്യയിലും ഹങ്കറിയിലും വിപ്ലവം നടന്നതും ചൈന ജനകീയറിപ്പബ്ലിക്കായതും ഒക്ടോബരിൽത്തന്നെ. 512 വർഷംമുമ്പ് ഒരു ഒക്ടോബറിൽ കൊളംബസ് അമേരിക്ക കണ്ടുപിടിച്ചു. കൊളംബസിനു പിന്നാലെവന്ന വെള്ളക്കാർ ചരിത്രം ഇതുവരെ കണ്ടിട്ടില്ലാത്തത്രയും വലിയ രക്തപങ്കിലമായ ദാരുണസംഭവങ്ങൾ അവിടെ സൃഷ്ടിച്ചു. കോടിക്കണക്കിന് വരുന്ന ആദിവാസികളെ കീഴടക്കി, സ്വന്തംഭൂമിയിൽനിന്ന് കുടിയൊഴിപ്പിച്ചു, അവരുടെ നാഗരികതകളെല്ലാം തുടച്ചുമാറ്റി. ഈ ഭൂമുഖത്തുനിന്നു തന്നെ ഉന്മൂലനം ചെയ്തു. മനുഷ്യരെ വിൽക്കുകയും വാങ്ങുകയും ചെയ്യാമെന്ന നീചമായ ആചാരമുണ്ടാക്കി. അവർ പത്തുകോടി കാപ്പിരികളെ അടിമകളായി പിടിച്ചുകൊണ്ടുവന്ന് തോട്ടങ്ങളിൽ പണിയെടുപ്പിച്ചു.

അവരുടെ ചോരയിലും വിയർപ്പിലും കെട്ടിപ്പടുത്ത താണ് ഇന്നു നാം കാണുന്ന അമേരിക്കൻ സാമ്രാജ്യത്വം... അഞ്ചുനൂറ്റാണ്ടിന്റെ മാത്രം ചരിത്രമുള്ള ഒരുനാട്. യുദ്ധ ങ്ങളും കൂട്ടക്കൊലകളും അട്ടിമറികളും ഉപജാപ ങ്ങളുംകൊണ്ട് ലോകത്തെ മുഴുവൻ കാൽക്കീഴിലാക്കാ മെന്ന് വ്യാമോഹിക്കുന്ന അവർ ഇന്ന് നമ്മുടെ ചിന്തക ളെയും വികാരങ്ങളെയും നിയന്ത്രിക്കാനും മറ്റൊരു ജീവിതരീതി അടിച്ചേൽപ്പിക്കാനും ശ്രമിക്കുകയാണ്. ചരിത്രം അവസാനിച്ചു എന്ന് മുറവിളി കൂട്ടിക്കൊണ്ട് ലോകത്തെയാകെ അവരുടെ ആയുധശക്തിയിൽ വിറ പ്പിക്കുകയാണ്. കഴിഞ്ഞ നാലര പതിറ്റാണ്ടുകളായി കേവലം 90 മൈൽ അകലെയുള്ള ശത്രുവിന്റെ മൂക്കി നുതാഴെ നമ്മൾ പോരാടി നിൽക്കുന്നു. അമേരിക്ക അവരുടെ എല്ലാ ആയുധങ്ങളും നമുക്കുനേരെ തിരിച്ചു വെച്ചിട്ടും നമ്മളിതാ അജയ്യരായിത്തന്നെ മുന്നോട്ടു പോകുന്നു. മഹാനായ ചെ ഗുവേരയുടെ ഓർമക ളിൽനിന്ന് ആയുധം സംഭരിച്ച് നമ്മളീ പോരാട്ടം തുട രുകതന്നെ ചെയ്യും...

ക്യൂ വീവാ... ക്യൂബൻ റവലൂഷൻ...

ജനങ്ങൾ   : ക്യൂ വീവാ... ക്യൂബൻ റവലൂഷൻ.. Red Salute to Comrade Fidel Castro.

(ക്യാമറാഫ്ലാഷുകൾ മിന്നിമറയുന്നു. കാസ്ട്രോ സ്റ്റേജിൽ നിന്നി റങ്ങുന്നു. ജനങ്ങളുടെ അടുത്തെത്താനുള്ള ധൃതിയിൽ വേഗത്തി ലാണ് നടത്തം. നടന്നുനീങ്ങുന്നതിനിടെ പൊടുന്നനെ കാലിടറി വീഴുന്നു. എല്ലാവരും ഒരുനിമിഷം സ്തംഭിക്കുന്നു. സൈനികരും സഖാക്കളും ഓടിയെത്തുന്നു. അതിവേഗം സ്ട്രെച്ചർ കൊണ്ടുവ രുന്നു. ആശുപത്രിയിലേക്കുള്ള കുതിപ്പ്.)

രംഗം - 2

(ടി വി വാർത്ത)

"ക്യൂബൻ പ്രസിഡണ്ട് ഫിദൽ കാസ്ട്രോ അന്തരിച്ചു. അദ്ദേഹ ത്തിന് 78 വയസായിരുന്നു. സാന്താക്ലാരയിലെ ഒരു പൊതുയോ ഗത്തിൽ പ്രസംഗിച്ച് തിരിച്ചുപോകവെ കുഴഞ്ഞുവീഴുകയായി രുന്നു. മരണവാർത്ത ക്യൂബൻ അധികൃതർ രഹസ്യമാക്കിവച്ചി രിക്കയാണ്. വിവരമറിഞ്ഞ് യു എസ് പ്രസിഡണ്ട് ജോർജ് ബുഷ് അടിയന്തരമായി സെനറ്റ് വിളിച്ചുചേർത്തു."

(സെനറ്റിൽ ബുഷ് പ്രസംഗിക്കുന്നു)

(ബുഷിന്റെ ഇംഗ്ലീഷ് പ്രസംഗം... ഒപ്പം ടെലിവിഷൻ കമന്ററി)

"ഫിദൽ കാസ്ട്രോയുടെ മരണവാർത്ത ആഹ്ലാദത്തോടെയാണ് നമ്മൾ കേൾക്കുന്നത്. ഇതോടെ കാസ്ട്രോയുഗം അവസാനിക്കും. ക്യൂബയും സോവിയറ്റ് യൂണിയന്റെ വഴിയിൽ എത്തിച്ചേരും. ഒരു കലാപത്തിലൂടെ ജനങ്ങൾ ജനാധിപത്യം പുനഃസ്ഥാപിക്കും. രാജ്യത്തിന്റെ പുനർനിർമാണത്തിന് ഇറാഖ് മാതൃകയിൽ നമ്മൾ പദ്ധതികളുണ്ടാക്കും." സെനറ്റിൽ മിസ്റ്റർ ബുഷ് പറഞ്ഞു.

കൂടുതൽ വാർത്തകളുമായി ടെലിവിഷൻ മാർട്ടിയുടെ പ്രത്യേക ലേഖകൻ ലൂയി ഫെർണാണ്ടസ്.

രംഗം – 3

(ബുഷ് അപ്രത്യക്ഷമാകുന്നു. അതൊരു ടെലിവിഷൻ രംഗമാ
ണെന്ന് തെളിയുന്നു. ആശുപത്രിക്കിടക്കയിലിരുന്ന് കാസ്ട്രോ ടി വി
കാണുകയായിരുന്നു. അദ്ദേഹം പൊട്ടിച്ചിരിക്കുന്നു. റൗൾ ധൃതി
യിൽ കടന്നുവരുന്നു.)

റൗൾ   : സൈന്യങ്ങൾക്ക് ജാഗ്രതാനിർദേശം നൽകിയിട്ടുണ്ട്.
        പിഗ് ഉൾക്കടലിൽ നാവികസേനയെ വിന്യസിച്ചുക
        ഴിഞ്ഞു. സി ഐ എയുടെ പുതിയ നീക്കങ്ങളെക്കു
        റിച്ച് ഇന്റലിജന്റ്സ് റിപ്പോർട്ടുണ്ടായിരുന്നു. പക്ഷേ,
        ഇത് അപ്രതീക്ഷിതമായിപ്പോയി.

ഫിദൽ   : ഇത്തവണ ജോസ് മാർട്ടിയെക്കൊണ്ടാണ് കള്ളം പറ
        യിച്ചതെന്നുമാത്രം. ടെലിവിഷൻ മാർട്ടി... നാളെ എന്റെ
        പേരിലും അമേരിക്ക ചാനൽ തുടങ്ങും. ഫിദൽ
        കാസ്ട്രോ ന്യൂസ് ചാനൽ. (പൊട്ടിച്ചിരിക്കുന്നു.)

റൗൾ   : ചിരിച്ചുതള്ളേണ്ടതല്ല ഇത്തവണത്തെ വാർത്ത.

(പുറത്ത് "ഫിദൽ, ഫിദൽ" എന്ന അലമുറ. ജനങ്ങളുടെ ആരവ
വം. റൗൾ ജനലിലൂടെ നോക്കുന്നു.)

റൗൾ   : ജനങ്ങളാകെ ഇളകി. അവർ ആശുപത്രിക്കുചുറ്റും
        അതാ തടിച്ചുകൂടുന്നു.

(ജനങ്ങളുടെ അലമുറ ഉച്ചത്തിലാവുന്നു.)

റൗൾ   : അവരെ സമാധാനിപ്പിക്കാൻ എന്തെങ്കിലും ചെയ്തേ
               പറ്റൂ.
ഫിദൽ   : ഞാനവരോട് സംസാരിക്കാം.
               (വടി കുത്തി മുന്നോട്ടുനീങ്ങുന്നു. റൗളിന്റെ സഹായ
               ത്തോടെ മുന്നോട്ടുചെന്ന് ജനലിലൂടെ ജനങ്ങളെ അഭി
               വാദ്യം ചെയ്യുന്നു. ജനം ആഹ്ലാദാരവത്തിൽ. ക്യൂ...
               വീവാ... ഫിദൽ കാസ്ട്രോ... ക്യൂ വീവാ... ക്യൂബൻ
               റെവലൂഷൻ തുടങ്ങിയ മുദ്രാവാക്യം വിളികൾ.)
               സഖാക്കളേ, ഞാനിവിടെത്തന്നെയുണ്ട്; നിങ്ങളോ
               ടൊപ്പം... നിങ്ങൾക്കറിയാമല്ലോ മരണവാർത്ത തയാ
               റാക്കി അവർ 638 തവണ കാത്തിരുന്നു. ഒരു മനു
               ഷ്യനെ കൊല്ലാനല്ല; നമ്മുടെ രാഷ്ട്രത്തെ തകർക്കാൻ,
               ഈ 78-ാം വയസിലും രക്തസാക്ഷിയെന്ന മഹത്തായ
               പദവി എനിക്ക് ലഭിക്കുമെങ്കിൽ അതിനെക്കാൾ വലു
               തായി മറ്റൊന്നിനെയും ഞാൻ കണക്കാക്കുകയില്ല.
               നമ്മുടെ ഞരമ്പുകളിലൊഴുകുന്നത് സൈമൺ
               ബൊളീവറുടെയും ജോസ് മാർട്ടിയുടെയും രക്തമാ
               ണ്. നാം എല്ലാറ്റിനെയും അതിജീവിച്ചു. പക്ഷേ, സഖാ
               ക്കളേ... തീർച്ചയായും ഞാനില്ലാത്തൊരു ദിവസം
               വരും. ഈ കണ്ണുകൾ അടയും. ഈ കൈകൾ നിശ്ച
               ലമാകും. ക്യൂബയിലെ ഒരുപിടി മണ്ണായി ഞാനും
               മാറും. (കണ്ണ് തുടയ്ക്കുന്നു.) അന്ന്, പിൻതുടർച്ചക്കാ
               രില്ലാതെ ഈ മഹത്തായ രാഷ്ട്രം ചിന്നിച്ചിതറുമെന്ന്
               നമ്മുടെ ശത്രുക്കൾ സ്വപ്നം കാണുന്നു. ക്യൂബയിൽ
               പിൻതുടർച്ചക്കാരില്ല, തുടർച്ച മാത്രമേയുള്ളൂ; പോരാ
               ട്ടങ്ങളുടെ തുടർച്ച... മൂല്യങ്ങളുടെയും ആദർശങ്ങളു
               ടെയും തുടർച്ച... അതൊന്നും ആ വിഡ്ഢികൾക്കറി
               യില്ല. ആ മഹത്തായ ലക്ഷ്യത്തിലേക്കുള്ള യാത്രയി
               ലാണ് ചെയും ഫ്രാങ്പയസും പോലെയുള്ള സഖാ
               ക്കൾ രക്തസാക്ഷികളായത്. അവർ ഇന്നും എന്നും
               അദൃശ്യസാന്നിധ്യമായി ഇവിടെയുണ്ട്. ചിലപ്പോൾ
               ഇളംകാറ്റായി; ചിലപ്പോൾ കൊടുങ്കാറ്റായി. നമ്മളിലൂടെ
               ഒരു ചരിത്രം തുടരുന്നു എന്ന് ഇപ്പോൾ നാം പ്രഖ്യാ
               പിക്കേണ്ടതുണ്ട്. തോൽക്കാൻ മനസില്ലാത്തവർക്കേ
               വിജയം എത്തിപ്പിടിക്കാനാവൂ എന്നതാണ് ചരിത്രം
               നമ്മെ പഠിപ്പിച്ച ഏറ്റവും വലിയ പാഠം.
               ഞാനത് പഠിച്ചത് ക്യാമ്പസിൽവെച്ചാണ്. ക്ലാസ്മുറിക്ക്

പുറത്തുവെച്ച് ചോരപുരണ്ട അക്ഷരങ്ങൾ കൊണ്ട് ഞാനത് ഹൃദയത്തിലെഴുതിപ്പറിച്ചു. സഖാക്കളേ, 78 വർഷത്തെ ജീവിതത്തിനിടയിൽ ഒരിക്കൽ മാത്രമേ ഞാൻ കരഞ്ഞിട്ടുള്ളൂ. ഹവാനയൂനിവേഴ്സിറ്റി യിൽവെച്ച്.

(വെളിച്ചം അണയാൻ തുടങ്ങുന്നു.)

To Flash Back

രംഗം – 4

(ഹവാനയൂണിവേഴ്സിറ്റി. 1947. ഫിദലും ജുവാനും ബാസ്ക റ്റ്ബോൾ കളിക്കുന്നു. പെട്ടെന്ന് ജുവാൻ കളി മതിയാക്കി മാറി ഇരിക്കുന്നു.)

ഫിദൽ : എന്തുപറ്റി ജുവാൻ?

ജുവാൻ : എനിക്കു വയ്യ ഫിദൽ. നാട്ടിലെ കാര്യങ്ങളോർക്കു മ്പോൾ... ഒളിവിലിരുന്ന കമ്യൂണിസ്റ്റുകാരെയൊക്കെ ട്രൂജില്ലോ പിടികൂടി. ഇനി എന്താ ഉണ്ടാവ എന്തോ?

ഫിദൽ : എന്തുണ്ടാവാൻ. പ്രതിഷേധിച്ച മറ്റെല്ലാവരെയും പോലെ അവരെയും... തൂക്കിലേറ്റി... അല്ലെങ്കിൽ വെടി വെച്ച്...

ജുവാൻ : തനിക്കിത് തമാശ... എന്റെ കാര്യം ഒന്നോർത്തുനോ ക്കൂ. എനിക്ക് നാലു വയസുള്ളപ്പൊഴാ ട്രൂജില്ലോ അധി കാരം പിടിച്ചെടുത്തത്. കഴിഞ്ഞ 17 കൊല്ലമായി ഞാൻ ശരിക്കുറങ്ങീട്ടില്ല. അച്ഛനെ അവർ ഫാക്ടറിയിൽനിന്ന് പിടിച്ചുകൊണ്ടുപോയി. പിന്നെ ശവംപോലും ഞങ്ങൾ കണ്ടിട്ടില്ല. ഏതുനേരവും വാതിൽ ചവിട്ടിത്തുറന്ന് അകത്ത് വന്നേക്കാവുന്ന പട്ടാളക്കാർ... വെടിയൊ ച്ചയും നിലവിളിയുമില്ലാത്ത ഒരുദിവസംപോലും എന്റെ ഓർമയിലില്ല... പിന്നെങ്ങനെ ഫിദൽ? അമ്മയുടെ കാര്യം ഓർക്കുമ്പോൾ...

ഫിദൽ : (ചേർത്തുപിടിച്ച് ആശ്വസിപ്പിക്കും മട്ടിൽ) ജുവാൻ... നിന്റെ കാര്യത്തിൽ നിന്നെക്കാൾ ഞാൻ വേദനിക്കു

ന്നുണ്ട്. ക്യൂബയും ഡൊമിനിക്കയും രണ്ടല്ല. നീയി
വിടെ അഭയാർഥിയുമല്ല. നിന്നെ സഹായിക്കാൻ
ഞാനുണ്ട്, ഞങ്ങളുണ്ട്...

ജുവാൻ   : ഒന്നും നടക്കില്ല ഫിദൽ...

ഫിദൽ   : ഈ ഭീരുത്വമാണ് തന്റെയൊക്കെ ശാപം. സ്വർഗത്തിൽ
ദൈവം, ഭൂമിയിൽ ഞാൻ ട്രൂജില്ലോ... അല്ലേ... ഇങ്ങനെ
മോങ്ങിക്കൊണ്ടിരുന്നാ ഇതല്ല ഇതിനപ്പുറവും അയാൾ
പറയും... ജീവിക്കുന്നെങ്കിൽ ഒരുത്തനെയും ഭയ
ക്കാതെ ജീവിക്കണം. ഇല്ലെങ്കിൽ പൊരുതിമരിക്ക
ണം... ഉം... വാ...

(നിർബന്ധിച്ച് വീണ്ടും കളിപ്പിക്കുന്നു. രണ്ട് മാഫിയകൾ വന്ന്
അവരെ വളയുന്നു. ജുവാനെ തൊഴിച്ച് മാറ്റുന്നു.)

മാഫിയ 1   : മാറിനിൽക്കെടാ... ഡൊമിനിക്കൻ ബാസ്റ്റാഡ്...
                (ജുവാൻ ഭയന്ന് സ്ഥലം വിടുന്നു.)

മാഫിയ 2   : *(ഒരു കടലാസ് നീട്ടി)*

ഫിദൽ   : എന്താണിത്? നിങ്ങൾക്കെന്താണ് വേണ്ടത്?

മാഫിയ   : നോമിനേഷൻ പിൻവലിക്കാനുള്ള സമ്മതപത്രം. ഇതി
ലൊപ്പിടണം.

ഫിദൽ   : യൂണിവേഴ്സിറ്റിയും യൂണിയനുമൊക്കെ നിങ്ങളുടെ
തറവാട്ട് സ്വത്താണോ?

മാഫിയ   : അതേടാ... ഗ്രൗ സാൻമാർട്ടിൻ ഭരിക്കുന്ന കാല
ത്തോളം ക്യൂബ മുഴുവൻ ഞങ്ങളുടെ തറവാട്ടുസ്വ
ത്തുതന്നെയാ. ഞങ്ങളെ എതിർക്കാൻ ഒരു പൊന്നു
മോനും വരണ്ട.

മാഫിയ 2   : താൻ വലിയ ബാസ്കറ്റ്ബോൾ ചാമ്പ്യനായിരിക്കും.
പക്ഷേ, യൂണിയൻ തിരഞ്ഞെടുപ്പിൽ ഞങ്ങൾക്കെ
തിരെ മത്സരിക്കാൻ നിന്നാലുണ്ടല്ലോ... കൊന്ന് കെട്ടി
ത്തൂക്കും...

മാഫിയ 1   : നോക്കിനിൽക്കാതെ ഒപ്പിടെടാ...

(ഫിദൽ കടലാസ് വാങ്ങുന്നു. വിജയിച്ചെന്ന മട്ടിൽ മാഫിയ
നിൽക്കുമ്പോൾ അപ്രതീക്ഷിതമായി അത് കീറിയെറിയുന്നു.
ക്ഷുഭിതരായ മാഫിയകൾ അരയിൽ ചുറ്റിയ ചങ്ങലയെടുത്ത് ഫിദ
ലിനെ അടിക്കുന്നു. ഫിദൽ തിരിച്ചടിക്കുന്നു. അതിഭീകരമായ,
നീണ്ട ഏറ്റുമുട്ടൽ. ഫിദൽ വിജയിക്കുന്ന ഘട്ടത്തിലൊക്കെ മാഫി
യകൾ തോക്കെടുത്ത് ചൂണ്ടുന്നു. തോക്കിന്റെ പിൻബലത്തിലാണ്

അവർ ജയിക്കുന്നതെന്ന് വ്യക്തമാണ്. തോൽക്കുമ്പോഴെല്ലാം ഫിദൽ ഭ്രാന്തനെപ്പോലെ വിളിച്ചുപറയുന്നു.)

ഫിദൽ   : ആരെങ്കിലും ഒന്നുവന്ന് സഹായിക്കെടാ... പ്ലീസ്...

(ഒടുവിൽ തോക്കുചൂണ്ടി ഫിദലിനെ രംഗത്തുനിന്ന് ഓടിക്കുന്നു.)

ഫിദൽ   : (മറ്റുള്ളവരെ നോക്കുന്ന ഭാവത്തിൽ) കണ്ട് രസി
ച്ചോടാ നായ്ക്കളേ... കൊല്ലുന്നതും ചാവുന്നതും
എല്ലാം കണ്ട് രസിച്ചോ... കാഴ്ചക്കാരനായി നിൽക്കാ
നല്ലേ നീയൊക്കെ ശീലിച്ചിട്ടുള്ളൂ.
വരുമെടാ വരും... നോക്കിനിൽക്കുന്ന തനിക്കൊക്കെ
ഒരു ദിവസം ഇതേ ഗതിവരും. കൊണ്ടാലും പഠി
ക്കാത്ത ബാസ്റ്റാഡ്സ്... ഒരു തോക്കുണ്ടായിരുന്നെ
ങ്കിൽ...

രംഗം – 5

(ഒരു പാർക്ക്. മരം, ബഞ്ച്, ... ദമ്പതികൾ കുടയും ചൂടി ഉല്ലസിച്ച്
നടന്നുപോകുന്നു. ഒരു അന്ധൻ വടിയും കുത്തി തപ്പിത്തപ്പി കട
ന്നുപോകുന്നു. ബഞ്ചിലിരുന്ന് തേങ്ങിക്കരയുന്ന ഫിദൽ. ദേഹ
മാകെ ചോരയൊലിക്കുന്നു. വസ്ത്രം കീറിയിട്ടുണ്ട്. കുറ്റബോധ
ത്തോടെ ജുവാൻ വരുന്നു. ഫിദലിന്റെ ചുമലിൽ പിടിക്കുന്നു.
ഫിദൽ ക്ഷോഭത്തോടെ കൈ തട്ടിമാറ്റുന്നു.)

ഫിദൽ	:	പോടാ പട്ടീ...
ജുവാൻ	:	സോറി... ഫിദൽ.
ഫിദൽ	:	പൊയ്ക്കോളണം എന്റെ മുമ്പീന്ന്... അവന്റെയൊരു ക്ഷമാപണം... അവരെന്നെ തെരുവുനായയെപ്പോലെ തല്ലിച്ചതച്ചപ്പോൾ തനിക്കെങ്കിലും മുന്നോട്ടുവരാമായി രുന്നില്ലേ... ഒരക്ഷരം ശബ്ദിക്കാമായിരുന്നില്ലേ?
ജുവാൻ	:	അന്യനാട്ടുകാരനായ ഞാൻ...
ഫിദൽ		മിണ്ടരുത്. നിന്നെപ്പോലെ വാലുമാട്ടി നടന്നിരുന്നെങ്കിൽ ഞാനും മാന്യനാകുമായിരുന്നു. എന്തിനാടാ ഞാൻ വിദ്യാർഥികളെ സംഘടിപ്പിക്കാൻ പോയത്? ജാഥ വിളി ച്ചത്? സമരം നടത്തിയത്? നിന്റെയും നിന്റെ നാടി ന്റെയും പ്രശ്നം എന്റേം പ്രശ്നമായതുകൊണ്ടല്ലേ? താനൊക്കെ പറഞ്ഞിട്ടല്ലേ ഞാൻ സ്ഥാനാർഥിയായ തുതന്നെ...
ജുവാൻ	:	എല്ലാം ശരിതന്നെ... പക്ഷേ,

ഫിദൽ : ഒരുപക്ഷേയുമില്ല. നട്ടെല്ല് വേണമെടാ... നട്ടെല്ല്... ധീര
ന്മാർ ഒരിക്കലേ മരിക്കൂ... തന്നെപ്പോലുള്ള ഭീരുക്കൾ
ആയിരം തവണ മരിക്കും. തനിക്കറിയ്യോ... എന്തിനാ
ഞാൻ അലക്സാണ്ടറുടെ പേര് എന്റെ പേരിനോ
ടൊപ്പം കൂട്ടിച്ചേർത്തതെന്ന്? അലക്സാണ്ടർ ചക്ര
വർത്തിയെപ്പോലെയാകണം... കുട്ടിക്കാലത്ത് അതാ
യിരുന്നു എന്റെ സ്വപ്നം... മൂന്നാംതരത്തിൽ പഠിക്കു
മ്പോൾ, എന്റെ ടീച്ചർ എന്നെ പട്ടിണിക്കിട്ടു. ഞാന
വിടെ എരപ്പാളിയായിപ്പോയി താമസിച്ചതൊന്നുമല്ല.
മാസാമാസം അച്ഛൻ കാശയച്ചുകൊടുത്തിട്ടു തന്ന്യാ...
എന്നിട്ടും എനിക്ക് പട്ടിണി. ചോദ്യം ചെയ്തപ്പോൾ
തല്ല്... അച്ഛൻ വരുമ്പോൾ പരാതി പറയാനാണ് കൂട്ടു
കാർ പറഞ്ഞത്... പക്ഷേ, ഞാനെന്താ ചെയ്തതെന്ന്
തനിക്കറിയ്യോ? എല്ലാ ടീച്ചർമാർക്കും ഒരു പാഠമാ
വാൻ ഞാൻ സ്കൂളിന് തീ വെച്ചു. ഒരു തോക്ക് കിട്ടി
യാൽ ഞാനെന്താ ആദ്യം ചെയ്യുകാന്നറിയ്യോ? തന്നെ
യൊക്കെ വെടിവെച്ചുകൊല്ലും...

ജുവാൻ : ഫിദൽ... എനിക്ക് തെറ്റുപറ്റിപ്പോയി... ഇനിയതാ
വർത്തിക്കില്ല... താൻ ഹോസ്റ്റലിലേക്ക് വാ... ഈ വേഷ
മൊന്ന് മാറ്റ്...

ഫിദൽ : എന്തിനാ വേഷം മാറ്റുന്നത്? ഞാനിപ്പോൾ മനുഷ്യ
നല്ല... അപമാനത്തിന്റെ ചളിക്കുണ്ടിൽ വീണ ഈ
പന്നിക്കെന്തിനാടാ നല്ല വേഷം? ആരെ കാണിക്കാൻ?

ജുവാൻ : അങ്ങനെ പറയരുത്... പ്ലീസ്...

ഫിദൽ : പിന്നെങ്ങനെ പറയ്വാം? പോയ്ക്കോ... ഇനി ഒരു
ത്തന്റേം സഹായം എനിക്ക് വേണ്ട. *(ജുവാൻ സംശ*
യിച്ചുനിൽക്കുമ്പോൾ) പോടാ...

(ജുവാൻ ഭയന്ന് സ്ഥലം വിടുന്നു. ചിബാസ് പ്രവേശിക്കുന്നു. ഫിദ
ലിനെ ഒന്ന് നോക്കി അടുത്തുചെന്ന് സ്നേഹപൂർവം തൊടുന്നു.)

ചിബാസ് : എന്തുപറ്റി സുഹൃത്തേ?

ഫിദൽ : *(പൊട്ടിത്തെറിച്ച്)* താനാരാ?

ചിബാസ് : ഞാനാരെങ്കിലുമായിക്കോട്ടെ. നിങ്ങളിപ്പോൾ വല്ലാ
ത്തൊരവസ്ഥയിലാണ്. ഒറ്റപ്പെടൽ, അപമാനം, നിസ്സ
ഹായത... ആത്മഹത്യയെക്കുറിച്ചാണ് നിങ്ങളിപ്പോൾ
ചിന്തിക്കുന്നതെന്ന് ഞാൻ പറഞ്ഞാൽ ശരിയല്ലേ?

ഫിദൽ : *(പൊട്ടിത്തെറിച്ചപോലെ)* ചാവാൻ നടക്കുന്നത് താനാ

യിരിക്കും... വെറുതെ എന്നെക്കൊണ്ടൊന്നും പറയി
ക്കണ്ട. എന്നെയൊന്ന് വെറുതെവിടാമോ... പ്ലീസ്...

ചിബാസ് : എന്റെ നേരെ ചാടണ്ട. ഞാൻ പോയേക്കാം. *(ഒരടി
നടന്ന്)* പോത്തിനെപ്പോലെ ആരുടെയോ തല്ലും
കൊണ്ടിട്ട് നാണമില്ലാതെ ഇവിടെവന്ന് മോങ്ങുന്നു...
ഛായ്...

ഫിദൽ : *(ചാടിയെണീറ്റ്)* താൻ എന്തറിഞ്ഞിട്ടാ ഹേ, ചിലയ്ക്കു
ന്നത്? ക്യാമ്പസിലെ സ്ഥിതി തനിക്കറിയ്യോ? പൊലീ
സിനെയും ചാരന്മാരെയും ഗുണ്ടകളെയുംകൊണ്ട് വഴി
നടക്കാൻ പറ്റുന്നില്ല. പോരാഞ്ഞ് കുറേ അരാഷ്ട്രീയ
വാദികളും. ഇവരോടൊക്കെ വെറുംകൈയോടെ ഞാൻ
ഒറ്റയ്ക്ക് പോരാടുകയാ... ഒരായുധം കിട്ടട്ടെ... ഞാൻ
കാണിച്ചുകൊടുക്കാം.

ചിബാസ് : എന്തു കാണിക്കാൻ? അതുമെടുത്ത് തെരുവുഗുണ്ട
യെപ്പോലെ താൻ തിരിച്ചുചെല്ലും. ഒന്നോ രണ്ടോ
പേരെ വെടിവെച്ചുകൊന്നേക്കും. അതുകഴിഞ്ഞ് എവി
ടെപ്പോകും? കൂടുതൽ ഗുണ്ടകളും പൊലീസും വരു
മ്പോൾ എന്തുചെയ്യും? അവരെയൊക്കെ കൊന്ന്
തീർക്കോ? ഗുണ്ടകളും ക്രിമിനലുകളെയും സൃഷ്ടി
ക്കുന്ന വ്യവസ്ഥിതിയെ ആയുധംകൊണ്ട് ഇല്ലാതാ
ക്കാൻ പറ്റ്യോ?

ഫിദൽ : പിന്നെ, ഞാനെന്തുചെയ്യണം. തോക്കിനെ നാക്കു
കൊണ്ട് നേരിടാൻ പറ്റ്യോ? ശത്രുക്കൾ തോക്കുമായി
വളഞ്ഞാൽ താനാണെങ്കിൽ എന്തുചെയ്യും?

ചിബാസ് : ഞാനാണെങ്കിലോ... കാണിച്ചുതരാം. *(കീശയിൽനിന്ന്
തോക്കെടുത്ത് കൊടുത്ത്)* ഇതാ... ഞാനിപ്പോൾ തന്റെ
ശത്രുവാണല്ലോ... ഉം... തോക്ക് ചൂണ്ട്... *(ബലമായി
കൈപിടിച്ച് തന്റെ നെറ്റിക്കുനേരെ തോക്ക് ചൂണ്ടി
ക്കുന്നു.)* ഇനി എന്തുചെയ്യുമെന്ന് അല്ലേ... ഇതാ...
ഇങ്ങനെ വിരലുകൾ ചേർത്ത് ചുണ്ടുകൾക്കിട
യിൽവെക്കും... എന്നിട്ട് ഒന്ന് ചൂളമടിക്കും. ആ നിമിഷം
ആയിരങ്ങൾ ഇരമ്പിയെത്തും... അതെ... ക്യൂബയിൽ
എവിടെയായാലും ചിബാസിന് അത്രയും ചെയ്താൽ
മതി...

ഫിദൽ : *(അമ്പരന്ന്)* ചിബാസ്? എഡ്ഡോഡോ ചിബാസ്... ക്യൂബ
യുടെ പ്രതിപക്ഷനേതാവ്?

(ചിബാസ് അതെയെന്ന് തലയാട്ടുന്നു)

ഫിദൽ : *(കുറ്റബോധത്തോടെ)* സോറി.. ഞാൻ താങ്കളെ തിരി
ച്ചറിയാതെ...

ചിബാസ് : *(ഫിദലിനെ ചേർത്തുപിടിച്ച്)* സാരമില്ലെടോ... ആരാ
ണെങ്കിലും ഈ സമയത്ത് ഇങ്ങനെയേ പെരുമാറൂ...
വ്യക്തിപരമായ സാഹസികതകൾ ഈ പ്രായത്തിൽ
സ്വാഭാവികമാണ്. അനീതിക്കെതിരെ പോരാടുകത
ന്നെവേണം. പക്ഷേ, ഒറ്റപ്പെട്ട പോരാട്ടങ്ങൾക്ക് ഒരു
പാട് പരിമിതികളുണ്ട്. പോരാട്ടം വിജയിക്കണമെങ്കിൽ
അതിനൊരു ലക്ഷ്യമുണ്ടാകണം. ആദർശത്തിന്റെ
പിൻബലമുണ്ടാകണം. മറ്റു പോരാളികളുമായി
തോളോടുതോൾചേർന്ന് മുന്നേറണം.

ഫിദൽ : പോരാട്ടം മുറുകുമ്പോൾ ഒറ്റപ്പെട്ട അനുഭവമേ എനി
ക്കുണ്ടായിട്ടുള്ളൂ. എല്ലാവരും വെറും നോക്കുകുത്തി
കളെപ്പോലെ...

ചിബാസ് : അതങ്ങനെയേ വരൂ... അവരൊക്കെ സാധാരണമനു
ഷ്യരാണ്. സധാരണമനുഷ്യർ വെറും ഇരുമ്പുകഷണ
ങ്ങൾപോലെയാണ്. ഒന്നുമാവാതെ തുരുമ്പിച്ചുതീരുന്ന
ജീവിതം. പ്രസ്ഥാനത്തിന്റെയും രാഷ്ട്രീയബോധത്തി
ന്റെയും ഉലയിൽ പഴുത്താലേ അതിന് അനീതിക
ളുടെ നെഞ്ചുപിളർക്കുന്ന അമ്പായി മാറാൻ കഴിയൂ...
അധികാരവ്യവസ്ഥയെത്തന്നെ കടപുഴകിയെറിയുന്ന
മഹാശക്തിയാകാൻ കഴിയു. ഒറ്റയായ കൊച്ചുമനു
ഷ്യർക്ക് ഈ ലോകത്തോളം വളരാൻ സംഘടനയി
ലൂടെ സാധിക്കും.

ഫിദൽ : സംഘടനകളിൽ വ്യക്തിക്ക് എന്ത് സ്വാതന്ത്ര്യമാണു
ള്ളത്? നമ്മുടെ ജീവിതത്തെ നിയന്ത്രിക്കുന്നത്, തീരു
മാനങ്ങളെടുക്കുന്നത് മറ്റാരോ...

ചിബാസ് : ആരു പറഞ്ഞു? ചരടില്ലാത്ത പട്ടമാണോ സ്വാതന്ത്ര്യം?
നോക്കൂ... 15 വർഷമായി ഞാനീ തോക്ക് കൊണ്ടുനട
ക്കുന്നു. പക്ഷേ, ഇന്നുവരെ ഉപയോഗിക്കേണ്ടിവന്നി
ട്ടില്ല. ഏത് ആപൽഘട്ടത്തിലും ഒടിയെത്താൻ എനിക്ക്
എന്റെ സഖാക്കളുണ്ടായിരുന്നു. കമ്മിറ്റികളിൽ ഞാന
വരെ നിർദയം വിമർശിച്ചിട്ടുണ്ട്; അവർ എന്നെയും.
ഞങ്ങൾ സ്വതന്ത്രമായി അഭിപ്രായം പറയുന്നു. തെറ്റും
ശരിയും ചൂണ്ടിക്കാട്ടുന്നു. കൂട്ടായി തീരുമാനമെടു
ക്കുന്നു. ഇതിലും വലിയൊരു സ്വാതന്ത്ര്യം മറ്റെവിടെ
യാണ് കിട്ടുക? ഒരാളുടെ ജീവിതം അയാളുടെ മാത്രം

കാര്യമല്ലാതായിത്തീരുക എന്ന അവസ്ഥ എത്ര മഹ
ത്തരമാണ്. ഈ ഹൃദയബന്ധത്തിന്റെ പേരാണ്
പാർട്ടി.

ഫിദൽ : *(തോക്ക് തിരിച്ചുകൊടുക്കുന്നു)* ഇനിയിതിന്റെ ആവ
ശ്യമില്ലല്ലോ.

ചിബാസ് : അത്രയ്ക്ക് ആത്മവിശ്വാസമായയോ? ഇതുപോലൊരു
സാഹചര്യത്തിൽ ആയുധം കൈയിൽവേണം. കൊല്ലാ
നല്ല; ജീവൻ രക്ഷിക്കാൻമാത്രം. ആയുധം ആര് എന്തി
നുവേണ്ടി ഉപയോഗിക്കുന്നു എന്നത് പ്രധാനമാണ്.
ഏറ്റവും വലിയ ആയുധം അധികാരമാണെന്നതും മറ
ക്കരുത്. *(പാർട്ടിയുടെ ബാഡ്ജ് കുത്തിക്കൊടുക്കുന്നു.)*
ഇന്നുമുതൽ ഫിദൽ അലജാൻഡ്രോ കാസ്ട്രോറൂസ്
വെറുമൊരു വിദ്യാർഥിയല്ല. ഓർത്തഡോക്സ് പാർട്ടി
അംഗമാണ്. ഇനി പോരാട്ടം ഒറ്റയ്ക്കല്ല; ഒരുമിച്ചാണ്.

ഫിദൽ : *(ആവേശത്തിൽ)* ക്യൂ വീവാ ഓർത്തഡോക്സ്
പാർട്ടി... ക്യൂ വീവാ എഡ്വേഡോ ചിബാസ്... ക്യൂ
വീവാ ക്യൂബൻ ഡെമോക്രസി...

രംഗം – 6

മിർത്ത : (സ്വപ്നത്തിലെന്നപോലെ) മഴവില്ലു പൂക്കുന്ന പറുദീ
സയുടെ താഴ്വരയിൽ ആനന്ദത്തിന്റെ മുന്തിരിവള്ളി
കൾ നിലംതൊടാതെ വളരുന്ന കിനാവിന്റെ ഉദ്യാന
ങ്ങളിൽ അവൻ പ്രണയത്തിന്റെ ചിറകുകൾ വീശി
പറന്നിറങ്ങും. ഒരു വിരൽസ്പർശത്തിൽ അടിമുടി
പൂത്തുലയുന്ന മാതളമരമായി ഞാൻ മാറും. കനിക
ളുടെ ആനന്ദങ്ങളിൽനിന്ന് മാലാഖക്കുഞ്ഞുങ്ങൾ
ചെറു ചിരിയോടെ മിഴികൾ തുറക്കും... ചുളിവുവീ
ഴാത്ത ആകാശം. ഏതോ ഇന്ദ്രജാലത്തിലെന്ന
പോലെ ഒരു നീലനീരാളമായി മാറും.

ഫിദൽ : മിർത്ത... ഒന്ന് മണ്ണിലിറങ്...
മിർത്ത : (പരിസരബോധം വീണ്ടെടുക്കുന്നു) ഇറങ്ങി. ഇനി
എന്തുചെയ്യണം?
ഫിദൽ : ഇനി ചുറ്റുമൊന്ന് കണ്ണോടിക്കണം.
മിർത്ത : എന്തിന്? നിങ്ങളുടെയീ രാഷ്ട്രീയവും തമ്മിൽത്തല്ലും
കാണാനോ? അതല്ലേ എല്ലാ പ്രശ്നങ്ങൾക്കും കാരണം.
ഫിദൽ : ഇന്നലെവരെ ഞാനും അങ്ങനെയാ കരുതിയിരുന്നത്.

പക്ഷേ, നാം ഒഴിവാക്കിയാലും നമ്മെ ഒഴിവാക്കാത്ത താണ് രാഷ്ട്രീയമെന്ന് ഇപ്പോൾ പഠിച്ചു. നമ്മുടെ ഉടു പ്പിലും നടപ്പിലും ചിന്തയിലും പെരുമാറ്റത്തിലുമൊക്കെ അതങ്ങ് കയറിപ്പറ്റുകയല്ലേ?

മിർത്ത : എനിക്കിതൊന്നും മനസിലാവുന്നില്ല എന്റെ പൊന്നേ...

ഫിദൽ : എന്നാൽ തെളിച്ചുപറയാം. രാഷ്ട്രീയത്തെ ഞാൻ എന്റെ വഴിയായി തെരഞ്ഞെടുത്തു കഴിഞ്ഞു.

മിർത്ത : അപ്പോൾ ഞാൻ...

ഫിദൽ : ബാലർത്ത് പ്രഭുവിന്റെ മകൾ തെരഞ്ഞെടുക്കാൻ പര വതാനികൾ വിരിച്ച വഴികൾ എത്രയെത്ര... ക്യൂബ യിലെ അതിസമ്പന്നനായ ഏതെങ്കിലും പ്രഭുകുമാരൻ അവളെ വധുവാക്കും. ഏഴു കുതിരകളെ പൂട്ടിയ വണ്ടി യിലായിരിക്കും ഭർത്താവിന്റെ കൊട്ടാരത്തിലേക്ക് അവ ളുടെ യാത്ര. ന്യൂയോർക്കിലും ഫ്ളോറിഡയിലും ഹണിമൂൺ...

മിർത്ത : ആ പ്രഭുകുമാരന്റെ പേര് ഫിദൽ അലജാൻഡ്രോ കാസ്ട്രോറൂസ് എന്നായിരിക്കുമെന്നുമാത്രം.

ഫിദൽ : എത്ര മനോഹരമായ സ്വപ്നം...

മിർത്ത : സ്വപ്നം കാണാത്തവർക്ക് യാഥാർഥ്യത്തെ സൃഷ്ടി ക്കാനാവില്ലെന്ന് താനല്ലേ എപ്പോഴും പറയാറ്?

ഫിദൽ : പക്ഷേ, നമുക്ക് രണ്ടുപേർക്കും ഒന്നിച്ചുകാണാൻ കഴി യുന്നൊരു സ്വപ്നം വേണ്ടേ?

മിർത്ത : ഏത് പ്രണയികൾക്കും അതുണ്ടാകുമല്ലോ. സ്വപ്ന തുല്യമായൊരു വീട്... കൈനിറയെ പണം... ആഹ്ലാദം നുരഞ്ഞുപതയുന്ന സായാഹ്നങ്ങൾ... ആരും അസൂ യപ്പെടുന്നൊരു ജീവിതം.

ഫിദൽ : നാം മാത്രമുള്ളോരു ലോകം. അല്ലേ?

മിർത്ത : അതെ...

ഫിദൽ : അപ്പോൾ മറ്റുള്ളവരുടെ ജീവിതമോ? നമ്മുടെ നാടിന്റെ ഭാവിയോ? അവയെക്കുറിച്ചും ചില സ്വപ്നങ്ങൾ കാണണം. മിർത്ത.... നിന്റെ സങ്കൽപ്പത്തിലെ ഭർത്താ വാകാൻ എനിക്ക് സാധിക്കില്ല.

മിർത്ത : തന്റെ സങ്കൽപ്പത്തിലെ ഭാര്യയാകാൻ എനിക്ക് പറ്റു മെങ്കിലോ? ഫിദൽ... ഈ ഭൂമിയിലെ എന്റെ കണ്ടെ ത്താലാണ് നീ. എന്റെ മാത്രം കണ്ടെത്തൽ...

ഫിദൽ : എന്റെ വഴികൾ നിനക്കൊരിക്കലും പരിചിതമാകില്ല മിർത്ത... സഹനങ്ങളുടെയും ത്യാഗങ്ങളുടെയും

ലോകം നിന്റെ ഭാവനയ്ക്കും അപ്പുറത്തായിരിക്കും...

മിർത്ത : ഫിദൽ... തന്റെ കൈകൾകൊണ്ട് ചേർത്തുപിടിച്ചാൽ മാത്രം മതി.. ഏത് മുൾക്കാടിലേക്കും ഞാൻ നടന്നു വരും...

ഫിദൽ : പാതിരാത്രിയിൽ കയറിവരികയും ഇറങ്ങിപ്പോവു കയും ചെയ്യുന്ന ഒരാൾക്കുവേണ്ടി കരുതിവെക്കാൻ മാത്രം സഹനം നിനക്കുണ്ടാവില്ല മിർത്ത. പടനില ങ്ങളിലേക്കും തടവറകളിലേക്കും ഒപ്പം വരാൻ നിന ക്കാവില്ല.

മിർത്ത : കാരണങ്ങൾ എത്ര നിരത്തിയാലും രനിക്ക് എന്നെ പറിച്ചുമാറ്റാനാവില്ല. പ്രണയത്തിന്റെ ചങ്ങലകളാൽ നാം അത്രമേൽ ബന്ധിതരായിരിക്കുന്നു ഫിദൽ.

(പ്രണയബദ്ധമായ മിർത്തയുടെ കണ്ണുകളിൽ ഫിദൽ ഉറ്റുനോ ക്കുന്നു. വീണ്ടും നൃത്തം. പശ്ചാത്തലത്തിൽ ഒരു കവിത.)

"അപരാഹ്നങ്ങളിലേക്ക് ചായുമ്പോൾ
എന്റെ സങ്കടത്തിന്റെ വലകൾ
ഞാൻ നിന്റെ സാഗരനയനങ്ങളിലേക്ക് ചായുന്നു...
എന്റെ അകന്നിരിക്കുന്ന പെണ്ണേ
നീ വെളിപ്പെടാതെ തന്നെയിരിക്കുന്നു..."

(പുറത്തുനിന്ന് ഒരു വിദ്യാർഥി വിളിച്ചുപറയുന്നു)

വിദ്യാർഥി : ഫിദൽ... ക്യാമ്പസിൽ പോലീസ് റെയ്ഡ്... ലഘുലേ ഖകളും ആയുധങ്ങളുമൊക്കെ മാറ്റിക്കോ...

(വിദ്യാർഥികൾ ഓടി രംഗത്തെത്തുന്നു. പുസ്തകക്കെട്ടുകളും മറ്റും ഒളിപ്പിക്കുന്നു.)

(ഫിദലും അവരോടൊപ്പം ചേരുന്നു.)

മിർത്ത : ഫിദൽ... ഫിദൽ...
ഫിദൽ : മിർത്ത പോയ്ക്കോ...

(അവർ സാധനങ്ങൾ ധൃതിയിൽ മാറ്റുന്നു.)

രംഗം – 7

(കുറേ വിദ്യാർഥികൾ പ്ലക്കാർഡുകളെഴുതുകയാണ്. ഫിദൽ ഒരു ലഘുലേഖ വായിക്കുന്നു.)

1   : ട്രൂജില്ലോയുടെ ഏകാധിപത്യം അവസാനിപ്പിക്കുക.

2   : ഡൊമിനിക്കയിൽ ജനാധിപത്യം പുനഃസ്ഥാപിക്കുക.

3   : അമേരിക്കൻ പാവയായ ട്രൂജില്ലോയെ തൂത്തെറിയുക.

4   : റൂസ്‌വെൽറ്റിന്റെ മാനസപുത്രനെ ജയിലിലടയ്ക്കുക.

5   : ചോരകുടിയൻ ട്രൂജില്ലോയെ നാടുകടത്തുക.

6   : ഡൊമിനിക്കയെ ചോരയിൽ മുക്കിക്കൊല്ലരുത്.

7   : കൊലയാളി ട്രൂജില്ലോയെ നാടുകടത്തുക.

(ഒരു വിദ്യാർഥി ഓടിവരുന്നു)

വിദ്യാർഥി   : ഡൊമിനിക്കയിൽ പിടിയിലായ കമ്യൂണിസ്റ്റുകാരെ മുഴു വൻ തൂക്കിക്കൊന്നു. കലാപം പടരുകയാണത്രെ.

ഫിദൽ   : ആ ശവംതീനി ട്രൂജില്ലോയെ കയ്യിൽ കിട്ടിയിരുന്നെ ങ്കിൽ.

1   : ഡൊമിനിക്കയിലെ ഹിറ്റ്‌ലറാണയാൾ...

3   : തലസ്ഥാനത്തിന്റെ പേരുവരെ സ്വന്തം പേരാക്കിയ ഭ്രാന്തൻ...

4   : അധികാരത്തിലിരുന്ന് കോടികൾ സമ്പാദിച്ചുകൂട്ടിയ ജനവഞ്ചകൻ....

5 : ആ പേപ്പട്ടിയെ ചങ്ങലക്കിടണം. വാ... നമുക്ക്
തുടങ്ങാം.
Save Save Dominica... Down Down Trujilloo...
ക്യൂ വീവാ ഡൊമിനിക്ക... ക്യൂ വീവാ ഡെമോക്രസി...

(പ്ലക്കാർഡുകളുമായി ജാഥ തുടങ്ങുന്നു. മുദ്രാവാക്യം വിളിക്കുന്നു.)

കൃഷ്ണൻ : save save Dominica.
ഫിദൽ : Down Down Trujilloo.
വിനു : ക്യൂ വീവാ ഡൊമിനിക്കാ, ക്യൂ വീവാ ഡെമോക്രസി.
വിദ്യാർഥി : ഫിദൽ... ക്യാമ്പസിൽ വെടിവെപ്പ്.
ഫിദൽ : ങേ?
വിദ്യാർഥി : പ്രകടനം നടത്തിയ ഡൊമിനിക്കൻ വിദ്യാർഥികളെ
വെടിവെച്ചു. ജുവാന് വെടിയേറ്റു...

(പ്രകടനക്കാർ ഞെട്ടുന്നു. അവർ ഓടിച്ചെല്ലുന്നു. സ്റ്റേജിന്റെ മറ്റൊ
രുഭാഗത്ത് വെളിച്ചം തെളിയുന്നു. വെടിയേറ്റ നിലയിൽ ജുവാൻ
കിടക്കുന്നു.)

ഫിദൽ : *(അവനെ കുലുക്കി വിളിക്കുന്നു)* ജുവാൻ... ജുവാൻ
(മരിച്ചെന്ന് തിരിച്ചറിയുന്നു) ഇവൻ പോയെടാ... *(എ*
ല്ലാവരും ഞെട്ടുന്നു) ഇവനെ ഞാൻ ഒരുപാട് വേദനി
പ്പിച്ചിട്ടുണ്ട്... പാവം. പക്ഷേ, അവൻ പിന്തിരിഞ്ഞോടി
യിട്ടില്ല... കണ്ടില്ലേ നെഞ്ചിൽ തന്നെയാ വെടി..

(ഫിദൽ ജുവാന്റെ ശവം മുന്നിൽവെച്ച് പ്രേക്ഷകരോടായി കത്തി
ക്കയറുന്നു)

ജന്മനാട്ടിൽ ജീവിക്കാനാവാതെ അഭയമന്വേഷിച്ച് വന്ന
താണിവൻ. പക്ഷേ, ഇവനും റാഫേൽ ട്രൂജില്ലോയുടെ
അധികാരഭ്രാന്തിന്റെ ബലിയാടായി.
ഒരു പെൺകുട്ടി : ഫിദൽ, ഈ രക്തത്തിന് നാം പകരം ചോദിക്കണം...
ഇനി വൈകിക്കൂടാ.
ഫിദൽ : ഒരു ഏകാധിപതിയെയും ഇന്നോളം ചരിത്രം ശിക്ഷി
ക്കാതെ വിട്ടിട്ടില്ല. ട്രൂജില്ലോ അർഹിക്കുന്നതും വധ
ശിക്ഷ തന്നെ. നമ്മുടെ പ്രിയപ്പെട്ട ജുവാന്റെ ചുടു
രക്തം കട്ടപിടിക്കും മുമ്പ് ആ ശിക്ഷ നാം വിധിക്കു
ന്നു. ഡൊമിനിക്കയിലെ പൊരുതുന്ന വിപ്ലവകാരിക
ളോടൊപ്പം അന്തിമാക്രമണത്തിന് ഇനി നമ്മളുമുണ്ട്.

(ട്രൂജില്ലോക്കെതിരെ കുറേക്കൂടി ശക്തമായി മുദ്രാവാക്യം മുഴക്കി വേഗത്തിൽ നീങ്ങുന്നു. തോക്കുകളുമായി പലരും കൂടെ ചേരുന്നു.)

Save Save Dominica...

ക്യൂ വീവാ ഡൊമിനിക്ക...

ക്യൂ വീവാ ഡെമോക്രസി...

രംഗം – 8

വിദ്യാർഥി 1 : അയ്യോ... കപ്പൽ പുറപ്പെട്ടുകഴിഞ്ഞു.

ഫിദൽ : നാശം... ഗാർഷ്യ, മാർട്ടിൻ... വേഗം വാ... (അവർ കൈയടിച്ചും കൂവി വിളിച്ചും കപ്പൽ തിരിച്ചുകൊണ്ടു വരാൻ ശ്രമം.) ഹോയ്...നിൽക്ക്... ഞങ്ങളുമുണ്ട്.

(കപ്പൽ അകന്നുപോകുന്നതിന്റെ നിരാശ മുഖത്ത്)

വിദ്യാർഥി 2 : ഛെ...

വിദ്യാർഥി 3 : ഇനി ഡൊമിനിക്കയിലേക്ക് നാളെ കാലത്തേ കപ്പലു ള്ളൂ... എന്താ ചെയ്യുക?

വിദ്യാർഥി 1 : ഞാൻ പറഞ്ഞതല്ലേ? സന്ധ്യയാവാൻ നിൽക്കേ ണ്ടെന്ന്...

ഫിദൽ : നീന്തിച്ചെന്ന് കപ്പൽ പിടിക്കാൻ പറ്റോന്ന് നോക്കി യാലോ?

വിദ്യാർഥി 1 : താനെന്തു ഭ്രാന്താണിപ്പോൾ പറയുന്നത്. നീന്തി കപ്പൽ പിടിക്കാനോ? അതും ഈ രാത്രിയിൽ... നൈപ്പ് ഉൾക്കടലിനെക്കുറിച്ച് തനിക്കൊന്നുമറിയില്ല. മനു ഷ്യനെ തിന്നുന്ന സ്രാവുകളാ നിറയെ...

വിദ്യാർഥി 2 : ഇതിൽ ഇറങ്ങിയവരൊന്നും രക്ഷിക്കപ്പെട്ട ചരിത്രമില്ല.

ഫിദൽ : ഉടൻ എന്തെങ്കിലും ചെയ്തേ പറ്റൂ.

(ഒരു ബോട്ടിന്റെ ശബ്ദം)

വിദ്യാർഥി 1   : അതാ ഒരു ബോട്ട് വരുന്നു.

(അവർ കൈയടിച്ചും മറ്റും അതിന്റെ ശ്രദ്ധയാകർഷിക്കുന്നു.)

വിദ്യാർഥി   : ഒന്നുകൂടിയുണ്ട്.

വിദ്യാർഥി 2   : ചെ... രണ്ടും രണ്ടുഭാഗത്തേക്കാണല്ലോ അടുപ്പിക്കു
                      ന്നത്.

ഫിദൽ   : എന്തോ കുഴപ്പമുണ്ട്. നമുക്ക് ഉടൻ രക്ഷപ്പെടണം.

*(പെട്ടെന്ന് തുരുതുരാ വെടിശബ്ദം. Hands up എന്ന അലർച്ച.
നാലുഭാഗവും പട്ടാളക്കാർ വളഞ്ഞ പ്രതീതി.)*

പട്ടാള ഓഫീസർ   :(പുറത്തുനിന്ന്) തോക്കുകൾ താഴെയിട്... രക്ഷപ്പെ
                      ടാൻ നോക്കണ്ട. ഈ പ്രദേശം മുഴുവൻ പട്ടാളം വള
                      ഞ്ഞിരിക്കുകയാണ്.

പട്ടാളം 2   : ജീവൻ വേണമെങ്കിൽ കീഴടങ്ങിക്കോ.

*(ഏതാനും പട്ടാളക്കാർ രംഗത്തെത്തുന്നു. വിദ്യാർഥികൾ കീഴട
ങ്ങുന്നു.)*

ഓഫീസർ   : പുലരുംമുമ്പ് ഡൊമിനിക്ക കീഴടക്കാനിറങ്ങിയ വിപ്ല
                      വകാരികൾ...

പട്ടാളം 1   : ഇനി അഴികൾക്കുള്ളിലാകട്ടെ വിപ്ലവം.

*(ഫിദൽ പെട്ടെന്ന് കുതറിമാറി കടലിലേക്ക് ചാടുന്നു. എല്ലാവരും
സ്തംഭിക്കുന്നു.)*

വിദ്യാർഥി   : ഫിദൽ... ഫിദൽ...

*(പട്ടാളക്കാർ കടലിലേക്ക് വെടിവെക്കുന്നു. 'സെർച്ച് ഹിം' എന്ന്
ഓഫീസർ ഓർഡർ കൊടുക്കുന്നു. പട്ടാളം കടലിലൂടെ ബോട്ടിൽ
ഫിദലിനെ പിന്തുടരുന്നതിന്റെ ശബ്ദം.)*

രംഗം – 9

"ആഴ്ചവട്ടത്തിന്റെ ഒന്നാംദിവസം അതികാലത്ത് അവർ കല്ലറ ക്കൽ എത്തി. അവർ നോക്കി യാറെ കല്ല് ഉരുട്ടിക്കളഞ്ഞതായി കണ്ടു. മിന്നുന്ന വസ്ത്രം ധരിച്ച രണ്ടുപേർ അതിന്റെ അരി കിൽനിന്ന് സ്ത്രീയേ... നീ കരയുന്നതെന്ത്, ആരെ തിരയുന്നു എന്ന് ചോദിച്ചു. അവൾ: യജമാനനേ... നീ അവനെ എടുത്തു കൊണ്ടുപോയി എങ്കിൽ എവിടെ വെച്ചു എന്ന് പറഞ്ഞുതരിക എന്ന് പറഞ്ഞു. അവർ അവളോട് നിങ്ങൾ ജീവനുള്ളവനെ മരിച്ച വരുടെ ഇടയിൽ അന്വേഷിക്കുന്നതെന്ത്? അവൻ ഇവിടെയില്ല, ഉയിർത്തെഴുന്നേറ്റിരിക്കുന്നു എന്ന് പറഞ്ഞു."

അമ്മ   : കർത്താവേ... അന്ത്യവിധിനാൾ അടുത്തോ? എന്താ
                ഇതിന്റെയൊക്കെ അർഥം... റൗൾ... റൗൾ... ജുവാനി
                റ്റാ... അഞ്ജല...

*(ഫിദലിന്റെ അച്ഛൻ വരുന്നു. കയ്യിലൊരു പത്രം. ചുണ്ടിൽ ചുരുട്ട്.
മുഖത്ത് വല്ലാത്തൊരു ഭാവം.)*

അമ്മ   : ഓഹോ... ഇവിടെയുണ്ടായിരുന്നോ? കൊയ്ത്തുകഴി
                ഞ്ഞില്ലേ? വിളവെത്രയുണ്ട്? പതിനായിരം പിസോ
                യുടെ? അതോ ലക്ഷമോ? ആർക്കുവേണ്ടിയാണ്
                ഇതൊക്കെ? വേണ്ട... ഒന്നും വേണ്ട.... കാർലോസിനെ
                വിളിക്ക്, പണിക്കാരെ മുഴുവൻ വിളിക്ക്... എല്ലാം
                കത്തിച്ച് കളയാൻ പറ, കൂട്ടത്തിൽ എന്നെയും...
                എംഗൽസ് കാസ്ട്രോയുടെ മക്കൾ എന്ത് ചെയ്യുന്നു
                വെന്ന് ആരെങ്കിലും ചോദിച്ചാൽ അവർ തെരുവുഗു
                ണ്ടകളാണെന്ന് പറയാൻ എനിക്ക് വയ്യ. *(അച്ഛനെ
                തോക്ക് കാണിക്കുന്നു.)* കണ്ടോ? വേദപുസ്തകത്തി
                നിടയിൽനിന്ന് കിട്ടിയതാ.. *(അയാളെ പിടിച്ചുകുലുക്കു
                ന്നു.)* ഒന്നും പറയാനില്ലേ? മക്കൾ ചെയ്തുകൂട്ടുന്ന
                തൊന്നും നിങ്ങൾ അറിയുന്നില്ലേ? അല്ല... അറിഞ്ഞി
                ട്ടുതന്നെയാണോ? എന്താ നാവിറങ്ങിപ്പോയോ.... ഓ.
                ഞാൻ വേലക്കാരിയായി വന്ന് കയറിയവളല്ലേ?

(റൗൾ അകത്തുനിന്ന് വരുന്നു.)

അമ്മ   : റൗൾ... *(തോക്ക് കൊടുത്ത്)* എന്താടാ ഇത്. കൊല്ലെ
                ടാ... ആദ്യം എന്നെ കൊല്ല്... അതുകഴിഞ്ഞ് മതി നാട്ടു
                കാരെ കൊല്ലാൻപോകൽ... ഈസ്റ്റർ ദിവസംതന്നെ
                എല്ലാം അവസാനിക്കട്ടെ.
റൗൾ   : അമ്മേ, എന്തായിത്? ഞാനാരെയും കൊല്ലാനൊന്നും
                പോകുന്നില്ല.
അമ്മ   : ചോദിക്കെടൊ... നിന്റെ അച്ഛനോട് ചോദിച്ചുനോക്ക്.
                സ്പെയിനിനുവേണ്ടി യുദ്ധം ചെയ്യാൻ വന്ന ഇങ്ങേര്
                ഒരിക്കലെങ്കിലും വീട്ടിൽ തോക്കുകൊണ്ടുവന്നിട്ടുണ്ടോ
                യെന്ന്.

റൗൾ : അച്ഛന് അതിന്റെ ആവശ്യം ഉണ്ടായിരുന്നില്ല. ജനിച്ച നാട്ടിൽ സ്വതന്ത്രമായി ജീവിക്കാൻ ആവാത്തതാ ഞങ്ങൾ നേരിടുന്ന പ്രശ്നം. അച്ഛന്റെ രക്തമാണ് ഈ ഞരമ്പിലൊഴുകുന്നതെങ്കിൽ ജന്മനാടിനുവേണ്ടി ആ രക്തം തിളയ്ക്കും.

അമ്മ : അതേ രക്തം വിയർപ്പാക്കിയാടാ ഇദ്ദേഹം ഇതെല്ലാം സമ്പാദിച്ചത്. ഇങ്ങേർ തിരിച്ചുവരുമ്പോൾ ഒരു തുണ്ട് ഭൂമി കയ്യിലുണ്ടായിരുന്നില്ല. രാപ്പകൽ പണിയെടുത്ത് ഇതെല്ലാം ഉണ്ടാക്കിയത് ആർക്കുവേണ്ടിയാടാ? ചാകു മ്പോൾ അങ്ങ് സ്വർഗത്തിൽ കൊണ്ടുപോവാനോ?

റൗൾ : ഒട്ടകം സൂചിക്കുഴയിൽക്കൂടി കടക്കുന്നതിനേക്കാൾ പ്രയാസമല്ലേ അമ്മേ ധനികന് സ്വർഗരാജ്യത്ത് പ്രവേ ശിക്കാൻ? ഒരു നേരത്തെ വിശപ്പടക്കാൻ ഹെയ്ത്തി യിൽനിന്ന് കുടിയേറിയ ആ പാവങ്ങളല്ലേ രാപ്പകൽ നമുക്കുവേണ്ടി അധ്വാനിക്കുന്നത്. ആ കറുത്തുമെ ലിഞ്ഞ പേക്കോലങ്ങളുടെ വിയർപ്പല്ലേ നമ്മുടെ ഈ സമ്പാദ്യം?

അമ്മ : എന്നാൽപ്പിനെ ഇതെല്ലാം അവർക്കങ്ങ് പതിച്ചുകൊ ടുക്കണം. എന്നിട്ട് ഞങ്ങളൊക്കെ തെരുവുതെണ്ടിക ളായി കഴിയാം.

റൗൾ : ഉള്ളവൻ ഇല്ലാത്തവർക്ക് കൊടുക്കുന്നത് വലിയ പാപ മൊന്നുമല്ല. ദാരിദ്ര്യം– അതാണ് ഏറ്റവും മാരകമായ രോഗം; കൊടിയ അപമാനം. അതനുഭവിക്കുന്ന പട്ടി ണിക്കാർക്കുവേണ്ടി എനിക്ക് ചിലതെല്ലാം ചെയ്യേണ്ട തുണ്ട്.

അമ്മ : നിന്നെയൊക്കെ പഠിക്കാനയച്ചതാ ഞങ്ങൾ ചെയ്ത തെറ്റ്. *(അച്ഛനോട്)* ഞാനന്നേ പറഞ്ഞതാ മക്കളെ ശിക്ഷിച്ച് വളർത്തണമെന്ന്... അതെങ്ങനെ പള്ളിവി കാരിയല്ലല്ലോ രാഷ്ട്രീയക്കാരനായ കൂട്ടുകാരനല്ലേ മാമോദീസ മുക്കിയത്. പാതിരിമാരുടെ പള്ളിക്കൂട ത്തിൽ പഠിച്ചാലെങ്കിലും നിങ്ങളൊക്കെ നന്നാകു മെന്ന് ഞാൻ കരുതി...

റൗൾ : ഫാദരായാലും ബ്രദരായാലും മുഖത്തടിച്ചാ ഞങ്ങള് തിരിച്ചടിക്കും.

അമ്മ : നിർത്തെടാ... തർക്കുത്തരം പറയുന്നോ? എല്ലാം ഞാനിന്നവസാനിപ്പിക്കും. *(പുസ്തകം ചൂണ്ടി)* എന്താടാ ഇത്? ആരാടാ ഈ താടിക്കാരൻ?

റൗൾ : അത് കാൾ മാർക്സാണ്... ചരിത്രത്തെ മാറ്റിമറിച്ച വലിയൊരു മനുഷ്യൻ... അമ്മക്കതൊന്നും പറഞ്ഞാൽ മനസിലാവില്ല.

അമ്മ : ഇല്ലെടാ... ഇത് സാക്ഷാൽ കർത്താവ് തന്നെയാ ണെന്ന് പറഞ്ഞോ.

റൗൾ : അങ്ങനെ പറഞ്ഞാലും തെറ്റൊന്നുമില്ല. അധ്വാനിക്കു ന്നവർക്കും ഭാരം ചുമക്കുന്നവർക്കും വേണ്ടി കുരിശു ചുമന്ന ആളാ ഇതും. കർത്താവ് ഒരിക്കലേ കുരിശി ലേറിയുള്ളൂ. മരിച്ചിട്ടും കുരിശിലേറ്റപ്പെടുകയാ മാർക്സിനെ.

അമ്മ : ഈ ചെകുത്താനാ നിന്നെയൊക്കെ വഴി തെറ്റിക്കുന്നത്.

(പുസ്തകം വലിച്ചെറിയുന്നു.)

റൗൾ : *(ക്ഷുഭിതനായി)* അമ്മേ... അമ്മക്കെന്താ ഭ്രാന്തുപി ടിച്ചോ?

(പുസ്തകമെടുത്ത് പൊടി തട്ടുന്നു.)

അമ്മ : ഭ്രാന്തുതന്നെയാ... എങ്ങനെ ഭ്രാന്തുപിടിക്കാതിരിക്കും? ഏത് തെണ്ടിയുടെ വീട്ടിലും ഉയിർപ്പ് പെരുന്നാൾ ആനന്ദത്തിന്റെ ദിവസമായിരിക്കും. അച്ചനും മക്കളു മെല്ലാം ചേർന്ന ആഘോഷം. എംഗൽ കാസ്ട്രോ പ്രഭു വിന്റെ വീട്ടിൽ ആഘോഷിക്കാൻ ആരുമില്ല. പഠിക്കാ നെന്നും പറഞ്ഞുപോയ ഒരുത്തന് ഇപ്പോ നാടും വേണ്ട വീടും വേണ്ട. അച്ചനുമമ്മയും ജീവിച്ചിരി പ്പുണ്ടോ, മരിച്ചോ എന്നുപോലും അന്വേഷിക്കാൻ അവന് സമയമില്ല. തലതിരിഞ്ഞവർ. *(റൗളിനോട്)* പറ യെടാ... ഏത് നരകത്തിലാ അവനുള്ളത്?

റൗൾ : *(സഹികെട്ട മട്ടിൽ)* എനിക്കറിയില്ല... യൂണിവേഴ്സി റ്റിയിൽ പോയി അന്വേഷിക്ക്...

(അകത്തേക്ക് നടക്കുന്നു.)

അമ്മ : (ഓടിച്ചെന്ന് അവന്റെ ഷർട്ടിൽ പിടിച്ച്) ഒരു തീരുമാന
മായിട്ട് നീയിനി അകത്ത് കയറിയാ മതി... ഈ വീട്ടിൽ
കഴിയണമെന്നുണ്ടെങ്കിൽ ചില കാര്യങ്ങൾ അനുസ
രിച്ചേ പറ്റൂ.

റൗൾ : ഞാൻ എന്താ വേണ്ടത്?

അമ്മ : (പുസ്തകങ്ങൾ ചൂണ്ടി) ഇതെല്ലാം ഇപ്പോൾ എന്റെ
മുമ്പിൽവെച്ച് കത്തിക്കണം. എല്ലാ തോന്ന്യാസവും
അവസാനിപ്പിക്കുമെന്ന് കുരിശുതൊട്ട് സത്യം ചെയ്യണം.

റൗൾ : ഇല്ല...

അമ്മ : എങ്കിൽ എല്ലാമെടുത്ത് ഇപ്പോ ഇറങ്ങണം. (റൗൾ അരി
ശത്തോടെ പുസ്തകങ്ങൾ വാരി ബാഗിലിട്ട് പുറ
ത്തേക്ക് നടക്കുന്നു.) ഇനിയീ പടി ചവിട്ടിപ്പോകരുത്.
(അച്ഛനോട്) നിങ്ങളെന്തായിങ്ങനെ ശവംപോലെിരിക്കു
ന്നത്?

അച്ഛൻ : (അവരെ ചേർത്തുപിടിച്ച്) ലിനാ... പോകട്ടെ... അവൻ
പോകട്ടെ... അവനും ഏതെങ്കിലും പത്രത്തിലെ ചരമ
വാർത്തയായി തിരിച്ചുവരരുതേ എന്ന് നമുക്ക് കർത്താ
വിനോട് പ്രാർഥിക്കാം.

അമ്മ : (ഒന്നും മനസിലാകാതെ...) ങ്ങേ... എന്താ പറഞ്ഞത്?

അച്ഛൻ : അതെ ലിനാ... ഒരമ്മയും കേൾക്കാനാഗ്രഹിക്കാത്ത
കാര്യമാ ഈ നല്ല ദിവസം എനിക്ക് നിന്നെ അറിയി
ക്കാനുള്ളത്. (പത്രം നിവർത്തിക്കാണിക്കുന്നു.)

അമ്മ : (പത്രം നോക്കി) കലാപത്തിന് പോയ വിദ്യാർഥിയെ
കടലിൽ... (പൊട്ടിക്കരയുന്നു.) മോനേ... ഫിദൽ...

(അച്ഛന്റെ കണ്ണു നനയുന്നു. ബഹളം കേട്ട് റൗൾ തിരിച്ചുവരുന്നു.)

അമ്മ : (കരഞ്ഞുകൊണ്ടുതന്നെ മെഴുകുതിരികൾ ഊതിക്കെ
ടുത്തുന്നു.) വേണ്ട... ഇനി നമുക്ക് ആഘോഷങ്ങളി
ല്ല... ഇനിയീ വീട്ടിൽ വെളിച്ചം വേണ്ട... (കരച്ചിൽ തുട
രുന്നു.)

റൗൾ : അച്ഛാ...

അച്ഛൻ : (കൈകൾ പിടിച്ച്) റൗൾ... നിങ്ങളെക്കുറിച്ചൊക്കെ
എനിക്ക് ഒരുപാട് പ്രതീക്ഷകളുണ്ടായിരുന്നു മക്കളേ...
(വിതുമ്പുന്നു)

(പുറത്തുനിന്ന് ഫിദലിന്റെ ശബ്ദം... "കാസ്ട്രോ കുടുംബത്തിന്
ഈസ്റ്റർ ആശംസകൾ..." ഫിദൽ കടന്നുവരുന്നു. എല്ലാവർക്കും
അത്ഭുതം. ഫിദലിനെ ഒന്നുനോക്കി അച്ഛൻ തിരിഞ്ഞുനിന്ന് ചുരുട്ട്
വലിക്കുന്നു. അമ്മ അവിശ്വസനീയത്തോടെ ഫിദലിന്റെ അടുത്തു
ചെന്ന് മുഖത്ത് അടിക്കുന്നു. തുടർന്ന് കണ്ണീരൊപ്പുന്നു.)

ഫിദൽ   : അമ്മ എന്നോട് ക്ഷമിക്കണം... *(അച്ഛനോട്)* ക്ഷണി
                  ക്കണം അച്ഛാ...

(അമ്മ തേങ്ങലടക്കി കണ്ണീരൊപ്പുന്നു.)

റൗൾ   : പത്രത്തിൽ പലതും കണ്ടു. എന്താണ് സത്യം?

ഫിദൽ   : നൈപ്പ് ഉൾക്കടലിലൂടെ മൂന്നരക്കിലോമീറ്റർ നീന്തി
                  കായോസൈസെറ്റോയിലെത്തി. അവിടെനിന്ന് അമേരിക്ക
                  ക്കെതിരെ വിദ്യാർഥിസമ്മേളനം സംഘടിപ്പിക്കാൻ
                  കൊളംബിയയയിൽ. അവിടെ ഗൈറ്റാനെ കൊന്നതും
                  കലാപമിളക്കിവിട്ടതും എല്ലാം ഞാനാണെന്നായിരുന്നു
                  പൊലീസ് ഭാഷ്യം....

അമ്മ   : നിന്നെ ജീവനോടെ കിട്ടിയല്ലോ... ഭാഗ്യം.

അച്ഛൻ   : ലിനാ... മുടിയനായ പുത്രന്റെ കഥയില്ലേ ബൈബി
                  ളിൽ? തിരിച്ചുവന്നില്ലേ? ഇനി സൽക്കാരമാകാം.
                  ഭക്ഷണം വിളമ്പ്. മറ്റു കാര്യങ്ങൾ അതുകഴിഞ്ഞ്
                  സംസാരിക്കാം.

ഫിദൽ   : ഒരാൾ കൂടിയുണ്ടമ്മേ വിരുന്നിന്...

(പുറത്തുനിന്ന് മിർത്ത വരുന്നു. അച്ഛനും അമ്മയും ആളെ മന
സിലാവാതെ നോക്കുന്നു.)

മിർത്ത   : ഹാപ്പി ഈസ്റ്റർ.

റൗൾ   : അച്ഛാ... ഇത് മിർത്ത. മിർത്ത ഡയസ് ബാലർത്ത്.
                  ബെയിൻസ് മേയർ റാഫേൽ ഡയസ് ബാലർത്തിന്റെ
                  പുന്നാരമകൾ.

ഫിദൽ   : മിർത്ത...

അച്ഛൻ   : ബാലർത്ത് പ്രഭുവിന്റെ മകളോ?

റൗൾ   : അതെ... ചിലപ്പോൾ നാളത്തെ മിസിസ് ഫിദൽ
                  കാസ്ട്രോ.

അമ്മ : (*അടുത്തുചെന്ന്*) തളരുമ്പോൾ താങ്ങാൻ എനിക്കൊ
രാളായല്ലോ. നന്നായി മോളേ... ഇനി മോള് വേണം
ഇവനെയൊന്ന് നേരെയാക്കാൻ.

അച്ഛൻ : ബെയിൻസിലെ ബാലർത്ത് പ്രഭുകുമാരിക്ക് ബിറാ
നിലെ എംഗൽ കാസ്ട്രോയുടെയും ലിന കാസ്ട്രോ
യുടെയും കുടുംബത്തിലേക്ക് സ്വാഗതം.

(എല്ലാവരും തീൻമേശയ്ക്കുചുറ്റുമിരുന്ന് ഭക്ഷണം കഴിക്കുന്നു.)

ബൈബിൾ വചനം പശ്ചാത്തലത്തിൽ: അവൻ ജീവനോടെ ഇരി
ക്കുന്നുവെന്ന് അവർ വിശ്വസിച്ചില്ല. പിന്നീട്, പതിനൊരുവർ ഭക്ഷ
ണത്തിനിരിക്കുമ്പോൾ അവൻ അവർക്ക് പ്രത്യക്ഷനായി.

രംഗം – 10

(ഫിദലും മിർത്തയും വിവാഹവേഷത്തിൽ നടന്നുപോകുന്നു.)

രംഗം – 11

(ഫിദലിന്റെ വാടകവീട്. കോരിച്ചൊരിയുന്ന മഴയും ഇടിമിന്നലും. ഫിദലിന്റെ കൈക്കുഞ്ഞ് നിർത്താതെ കരയുന്നു. കരച്ചിൽ നിർത്തി ക്കാൻ മിർത്തയുടെ ശ്രമം. ദേഹത്ത് തൊട്ടുനോക്കുന്നു. പനിയാ ണെന്ന് മനസിലാവുന്നു. പുറത്തേക്ക് ആരെയോ പ്രതീക്ഷിച്ചെ ന്നപോലെ നോക്കുന്നു. കുഞ്ഞിന്റെ നെറ്റിയിൽ തുണി നനച്ചി ടുന്നു. പുറത്തേക്ക് കൈനീട്ടി നല്ല മഴയുണ്ടോയെന്ന് നോക്കുന്നു. ഇടിയും മിന്നലും ശക്തമാകുന്നു. അവൾ ഭയന്ന് ഒരു മൂലയിലേക്ക് മാറുന്നു. നിസ്സഹായതയും ഉദ്വേഗവും പ്രകടമാവുന്ന ചലനങ്ങൾ; ഭാവങ്ങൾ. കുഞ്ഞ് കരച്ചിൽ നിർത്തി ഉറങ്ങുന്നു. അതിനെ തൊട്ടി ലിൽ കിടത്തി പുതപ്പിക്കുന്നു. വീട്ടിലേക്ക് വെള്ളം അടിച്ചുകയ റുന്നു. കുഞ്ഞിനെ മാറ്റിക്കിടത്തുന്നു. ഫിദൽ ഒരു കോട്ടും പുതച്ച് മഴയിലൂടെ വരുന്നു.)

ഫിദൽ   : എന്തൊരു മഴ... (ഷാളെടുത്ത് തോർത്തുന്നു)

മിർത്ത   : (തുണികൾ മടക്കിവെക്കുന്നു) എത്തിയോ? സമയ
              മായോ വന്നുകയറാൻ?

ഫിദൽ   : മീറ്റിങ് തുടങ്ങിയാ തീരാതെ വരാൻ പറ്റ്വോ?

മിർത്ത   : ഒടുക്കത്തെ ഒരു മീറ്റിങ്...

ഫിദൽ   : വന്നു കയറുമ്മുമ്പ് തുടങ്ങിയോ?

മിർത്ത   : ഞാൻ പറയുന്നതാണ് തെറ്റ്. ഹവാന നഗരത്തിൽ,
              കുതിരാലയം പോലൊരു വാടകവീട്ടിൽ ഭാര്യയും
              കുഞ്ഞും ഒറ്റയ്ക്കാണെന്നുപോലുമോർക്കാതെ പാതി

രാത്രിവരെ തെണ്ടിനടക്കുന്ന നിങ്ങൾ ചെയ്യുന്ന തൊന്നും തെറ്റല്ലേ... ചിബാസ്... ലിബാസ്... ഇങ്ങനെ കുറെ നേതാക്കന്മാരുടെ പെട്ടിയും ചുമന്ന് നടക്കാൻ നിങ്ങൾക്ക് നാണമുണ്ടോ മനുഷ്യാ?

ഫിദൽ : ഇത് നിന്റെ അച്ഛനോട് ചെന്ന് ചോദിക്ക്... അങ്ങേർ ബെയ്ൻസിലെ മേയറായത് ഈ വഴിക്കാണോ എന്ന്.

മിർത്ത : എന്റെ അച്ഛനെപ്പറഞ്ഞാലുണ്ടല്ലോ.... നാലു പിസോ സ്വന്തമായില്ലാത്ത നിങ്ങളുടെ കൂടെ എന്നെ പറഞ്ഞ യച്ച ആ വലിയ മനുഷ്യന്റെ കാലിലെ പൊടിമണ്ണിന്റെ യോഗ്യതപോലും നിങ്ങൾക്കില്ല. ഹണിമൂണെന്നും പറഞ്ഞ് ന്യൂയോർക്കിലും ഫ്ലോറിഡയിലും കറങ്ങി നടന്നത് അദ്ദേഹത്തിന്റെ ചെലവിലാണെന്നത് മറക്ക രുത്.

ഫിദൽ : ആ കടം ഞാൻ വീട്ടിയിരിക്കും.

മിർത്ത : എങ്കിൽ കുറേ വീട്ടാനുണ്ടാകും. പാതിരാത്രിക്ക് കേറി വരുമ്പോൾ വിളമ്പിവെക്കുന്നത് എവിടെന്ന് എടുത്തി ട്ടാണെന്നാ കരുതിയത്? എന്റെ ദുരിതങ്ങൾ കണ്ട റിഞ്ഞ് അച്ഛനയച്ചുതരുന്ന പണമില്ലെങ്കിൽ ഇതിനു മുമ്പേ പട്ടിണികിടന്നു ചത്തേനെ എല്ലാവരും.

ഫിദൽ : റാഫേൽ ബാലർത്തിനേക്കാൾ പണവും സ്വത്തും എംഗൽ കാസ്ട്രോക്കുണ്ട്. നിന്റച്ഛൻ ഭരിക്കുന്ന ബെയ്ൻസ് നഗരത്തിന്റെ പത്തിരട്ടി. പക്ഷേ, രണ്ടു പേരും പണമുണ്ടാക്കിയത് മറ്റുള്ളവരെ ചൂഷണം ചെയ്തുതന്നെയാ. ആ പണംകൊണ്ട് എനിക്ക് ജീവി ക്കണ്ട.

മിർത്ത : സ്വന്തമായി നാലു പിസോ ഉണ്ടാക്കിയിട്ട് വീമ്പ് പറ. വലിയ വക്കീലാണത്രെ... വക്കീല്... കക്ഷികളെന്നും പറഞ്ഞ് ആപ്പീസിൽ വന്ന് നിരങ്ങുന്ന തെണ്ടികൾക്ക് അങ്ങോട്ട് കാശുകൊടുക്കുന്ന വക്കീൽ... വീട്ടുവാട കയ്ക്കു പോലും വകയില്ലാത്ത പാപ്പരായ വക്കീൽ.

ഫിദൽ : അപ്പോ... പണം കണ്ടിട്ടാ നീ എന്റെ കൂടെ വന്നത് അല്ലേ?

മിർത്ത : പണം വേണ്ട സ്ഥാനത്ത് ആദർശം പ്രസംഗിച്ചാൽ മതിയോ?

ഫിദൽ : പോര... പക്ഷേ, പണത്തിന്റെ മീതെ പറക്കുന്ന ആദർശമുണ്ടെന്ന് ഞാൻ തെളിയിക്കും. രാഷ്ട്രീയം ഞാനെന്റെ വഴിയായി തെരഞ്ഞെടുത്ത കാര്യം

ആദ്യമേ നിന്നോട് പറഞ്ഞതല്ലേ...

മിർത്ത : ഇങ്ങനെയും രാഷ്ട്രീയക്കാരുണ്ടാകുമെന്ന് ഞാനറി
ഞ്ഞില്ല. നിങ്ങളെക്കാൾ വലിയ രാഷ്ട്രീയക്കാരനാ
യിട്ടും എന്റെ അച്ഛൻ ഒരു ദിവസംപോലും ഭാര്യ
യെയും മക്കളെയും പട്ടിണിക്കിട്ടിട്ടില്ല. നിങ്ങളുടെകൂടെ
ഇറങ്ങിവന്ന ആ നശിച്ച നിമിഷംവരെ വിഭവങ്ങളൊ
ഴിഞ്ഞ ഒരു തീൻമേശ ഞാൻ കണ്ടിട്ടില്ല.

ഫിദൽ : കൊള്ളയടിച്ച വിഭവമാണ് ആ തീൻമേശയിൽ നിര
ന്നതെന്ന് നിന്നെപ്പോലുള്ളവർക്ക് അറിയില്ല. വിശ
പ്പെന്ന മാരകരോഗം ബാധിച്ച് ചത്തൊടുങ്ങുന്നവർക്കു
വേണ്ടി പ്രവർത്തിക്കുന്നതാണ് എന്റെ വഴി. അതാ
ണെന്റെ രാഷ്ട്രീയം.

മിർത്ത : എന്റെ വഴിയല്ല നിങ്ങൾക്കെന്ന് മനസിലായിട്ട് കാലം
കുറെയായി. പക്ഷേ, ഒന്നോർക്കണം. ഞാനുമൊരു
മനുഷ്യജീവിയാണ്. പത്തിരുപത്തിനാലുവർഷം അന്ത
സ്സായും ആർഭാടമായും ജീവിച്ച ഒരു മനുഷ്യസ്ത്രീ.
എനിക്കുമുണ്ട് ഒരു വ്യക്തിത്വം. സ്വന്തമായി ചില
സങ്കൽപ്പങ്ങൾ. നിങ്ങൾ വീടിനുപുറത്ത് ആനന്ദം
കണ്ടെത്തുമ്പോൾ, നിങ്ങൾക്കുവേണ്ടി വെച്ചുവിളമ്പു
ന്ന, നിങ്ങളുടെ കുഞ്ഞിനെ പെറ്റ് പോറ്റി വളർത്തുന്ന
ഇങ്ങനെയൊരു പെൺജന്മത്തെക്കുറിച്ച് ഒരു നിമിഷ
മെങ്കിലും നിങ്ങൾ ഓർത്തുനോക്കിയിട്ടുണ്ടോ? എണ്ണ
യിട്ട് മിനുക്കിയെടുക്കുന്ന തോക്കിനോട് കാണിക്കുന്ന
സ്നേഹമെങ്കിലും നിങ്ങളെന്നോട് കാണിച്ചിട്ടുണ്ടോ?
ഈ കുഞ്ഞിന്റെ മുഖം നിങ്ങളിതുവരെ പകൽവെളി
ച്ചത്തിൽ കണ്ടിട്ടുണ്ടോ?

ഫിദൽ : മിർത്ത, നീയെന്നെയൊന്ന് മനസിലാക്ക്.

മിർത്ത : കേസ് വാദിക്കുന്നതിന് ഫീസിനുപകരം മറ്റെന്തെ
ങ്കിലും കാഴ്ചവെക്കുന്നുണ്ടാകും ആ തെണ്ടികൾ.
പിന്നെന്തിനാ ഞാൻ?

ഫിദൽ : നിർത്... നിർത്താൻ... (കോട്ടെടുത്ത് എറിയുന്നു) നീ
അതിരുകടക്കുന്നു. ഇര തേടലും ഇണചേരലും മാത്ര
മല്ല ജീവിതം. അതു മാത്രമാണെങ്കിൽ എന്നിൽനിന്ന്
പ്രതീക്ഷിക്കുകയും വേണ്ട മിർത്ത. നമ്മൾ രണ്ട് സ്വത
ന്ത്രവ്യക്തികളാണ്.... സമ്മതിച്ചു. ഒരാൾ മറ്റൊരാളുടെ
കാലിലെ വിലങ്ങാകുന്നതിനുപകരം രണ്ടുപേർക്കും
പരസ്പരം മനസിലാക്കി സഞ്ചരിച്ചുകൂടേ? ആരെയും

പിന്നിലാക്കാതെ മുന്നേറിക്കൂടെ? അതിന് പക്ഷേ,
നീയൊരു അഗ്നിപർവതംപോലെ നിന്ന് പുകയാതെ
നല്ലൊരു സുഹൃത്താകാൻ ശ്രമിക്കണം.

(കുഞ്ഞ് ഞെട്ടിക്കരയുന്നു.)

(മിർത്ത കുഞ്ഞിനെ എടുക്കുന്നു. നെറ്റിയിൽ തുണി നനച്ചിടുന്നു.
മഴ പോയോ എന്ന് കൈ നീട്ടി നോക്കുന്നു.)

ഫിദൽ : മോനെന്തുപറ്റി? നല്ല പനിയുണ്ടോ? (കുഞ്ഞിനെ
തൊട്ടുനോക്കാൻ പോകുന്നു.)

മിർത്ത : (പൊട്ടിത്തെറിച്ച്) തൊട്ടുപോകരുത്.

ഫിദൽ : വാ... ഡോക്ടറുടെ അടുത്തുപോകാം...

മിർത്ത : വേണ്ട... (പോകാൻ ഭാവിക്കുന്നു)

ഫിദൽ : മിർത്ത...

മിർത്ത : (തിരിഞ്ഞുനിന്ന്) ഒരുപാട് രാത്രികളിൽ വാവിട്ടുകര
യുന്ന ഈ കുഞ്ഞിനെ ചേർത്തു പിടിച്ച് ഞാൻ പ്രാർഥി
ച്ചിട്ടുണ്ട്... നിലവിളിച്ചിട്ടുണ്ട്.. അന്നൊന്നും എന്നെ
സഹായിക്കാൻ ആരും ഉണ്ടായിരുന്നില്ല. മിർത്ത ഒറ്റ
യ്ക്കാണ്... ഇനി എന്നും അങ്ങനെ മതി... (പോകു
ന്നു.) വേണ്ട, എന്ത് ചെയ്യണമെന്ന് എനിക്കറിയാം.

ഫിദൽ : മിർത്ത...

(കുഞ്ഞുമായി പെട്ടെന്ന് ഇറങ്ങിപ്പോകുന്നു. ഇടിമിന്നൽ സജീവ
മാകുന്നു. കുഞ്ഞിന്റെ കരച്ചിൽ മുഴങ്ങുന്നു.)

രംഗം – 12

ഫിദൽ : സാർ, ഞാൻ പറയുന്നതൊന്നു കേൾക്കൂ...

ചിബാസ് : താൻ ഒന്നും പറയണ്ട. ഞാൻ തീരുമാനിച്ചുകഴിഞ്ഞു.

ഫിദൽ : എല്ലാം മതിയാക്കിയിട്ട് എങ്ങോട്ടുപോകുന്നു? വിശ്രമ ജീവിതത്തിലേക്കോ? രാഷ്ട്രീയത്തിൽ റിട്ടയർമെന്റി ല്ലെന്ന് നിങ്ങളല്ലേ എന്നെ പഠിപ്പിച്ചത്?

ചിബാസ് : (തല കുനിച്ച്) ഞാനാരെയും ഒന്നും പഠിപ്പിച്ചിട്ടില്ല.

ഫിദൽ : എന്റെ മുഖത്ത് നോക്കി അത് പറയാമോ? താങ്കൾ ക്കായി വോട്ട് പിടിച്ചുകൊണ്ടിരിക്കുന്ന പതിനായിര ങ്ങളെ നോക്കി പറയാമോ? ഞായറാഴ്ചകളിൽ എല്ലാ പണിയും നിർത്തിവെച്ച് താങ്കളുടെ റേഡിയോ പ്രഭാ ഷണത്തിന് കാതോർക്കുന്ന ജനലക്ഷങ്ങളെനോക്കി പറയാമോ? എന്തൊരധഃപതനമാണിത്? ചുരുങ്ങിയ പക്ഷം അവനവനെയെങ്കിലും വഞ്ചിക്കാതിരിക്കണ്ടെ?

ചിബാസ് : ഞാനിന്നുവരെ ചെയ്തതെല്ലാം എന്റെ പാർട്ടിക്കു വേണ്ടിയല്ലേ... ആ പാർട്ടിക്ക് എന്നെ വേണ്ടാതായാൽ...

ഫിദൽ : തലവേദനക്ക് പരിഹാരം തലവെട്ടിക്കളയൽ. അല്ലേ? പാർട്ടിക്കുള്ളിലെ പ്രശ്നം അവിടെ ചർച്ചചെയ്ത് തീർ ക്കുകയല്ലേ വേണ്ടത്.

ചിബാസ് : ഒരു ചർച്ചക്കും ഇനി ഞാനില്ല. എനിക്ക് മടുത്തു. പ്രസി ഡണ്ട് നടത്തിയ അഴിമതിക്കെതിരെ പോരാടുന്ന എന്നെ എല്ലാവരും ചേർന്ന് ഒറ്റപ്പെടുത്തിയില്ലേ?

ആരോപണങ്ങൾ ജനാധിപത്യത്തെ തകർക്കുമത്രെ...

ഫിദൽ : വിമർശനങ്ങളെ ഭയക്കുന്നതാണ് താങ്കളുടെ പ്രശ്നം. ഒരു കൂട്ടായ്മയല്ലേ പാർട്ടി? ഒറ്റപ്പെട്ട പോരാട്ടങ്ങൾക്ക് ഒരുപാട് പരിമിതികളുണ്ടെന്ന് താങ്കൾ തന്നെയല്ലേ പറ യാറ്?

ചിബാസ് : പിന്നിൽ ആരും വരാത്തപ്പോഴും മുന്നോട്ടുനടന്ന താണോ എന്റെ തെറ്റ്? എന്തായാലും ഞാൻ എന്റെ വഴി തീരുമാനിച്ചുകഴിഞ്ഞു.

ഫിദൽ : എന്തു തീരുമാനിച്ചാലും ഒരുകാര്യം ഓർക്കുക. ദുർബ ലനായ മനുഷ്യന് ലോകത്തോളം വളരാൻ സംഘട നവേണം.

ചിബാസ് : മടുത്തു... എനിക്ക് മടുത്തു.

ഫിദൽ : ഇങ്ങനെയൊരു ചിബാസിനെ എനിക്ക് പരിചയമില്ല. ഹവാന യൂണിവേഴ്സിറ്റിയിൽനിന്ന് ക്യൂബൻ രാഷ്ട്രീ യത്തിലേക്ക് ജ്വലിച്ചുയർന്ന ചിബാസിനെ.... ഓതന്റിക് പാർട്ടി ആദർശങ്ങളെ ബലികഴിച്ചപ്പോൾ ഓർത്ത ഡോക്സ് പാർട്ടിയുണ്ടാക്കിയ ചിബാസിനെ.... വിദേ ശകുത്തകകളെ എതിർത്ത് ജയിലിൽപ്പോയ ചിബാ സിനെ.... എന്നെപ്പോലെ ആയിരങ്ങളെ പാർട്ടിയിലേക്ക് കൊണ്ടുവന്ന ചിബാസിനെ... എല്ലാം ഇട്ടെറിഞ്ഞ് ഒളി ച്ചോടുന്ന ഒരു ഭീരുവിന്റെ മുഖം ചിബാസിന്റെ കഴു ത്തിനുമുകളിൽ സങ്കൽപ്പിക്കാൻപോലും ക്യൂബ ക്കാർക്കാവില്ല.

ചിബാസ് : സമ്മർദങ്ങൾ ഇനിയും സഹിക്കാൻ എനിക്കാവില്ല ഫിദൽ. എനിക്കുപകരം തന്നെപ്പോലുള്ള ധീരന്മാർ നേതൃത്വത്തിൽ വരണം.

ഫിദൽ : പക്ഷേ, താങ്കൾക്കുപകരമല്ല; താങ്കളോടൊപ്പം. നമുക്ക് ഒരുമിച്ച് പോരാടാം. വാ... ഇന്നത്തെ റേഡിയോപ്രഭാ ഷണം ഒരു ചരിത്രസംഭവമാക്കണം.... വാ...

(ചിബാസ് വഴങ്ങുന്നു. കൂടെപ്പോകുന്നു.)

രംഗം – 13

നഷ്ടങ്ങൾ പിന്നെയും പിന്നെയും
എന്നെത്തേടി വന്നുകൊണ്ടേയിരുന്നു
ആർക്കും കാലിടറിപ്പോകുന്ന
ക്യൂബൻ രാഷ്ട്രീയത്തിന്റെ
ചതുപ്പുനിലങ്ങളിൽ എന്നെ കൈപിടിച്ചു നടത്തിയ
ചിബാസ്
അശാന്തമായ എന്റെ ഹൃദയത്തിനുമേൽ രാഷ്ട്രീയബോധത്തിന്റെ
കയ്യൊപ്പു ചാർത്തിയ എഡേർഡ് ചിബാസ്.

(റേഡിയോ സ്റ്റേഷൻ. ചിബാസ് പ്രഭാഷണം നടത്തുന്നു. കൂടെ
ഫിദലും ഉണ്ട്.)

ചിബാസ്   : സഹോദരീ സഹോദരന്മാരേ... ഈ വരുന്ന ക്യൂബൻ
                 തിരഞ്ഞെടുപ്പിൽ ഓർത്തഡോക്സ് പാർട്ടി സ്ഥാനാർ
                 ഥിയായി ഞാൻ മത്സരിക്കുന്ന കാര്യം അറിയാമല്ലോ?
                 ക്യൂബയുടെ ചരിത്രം തിരുത്തിക്കുറിക്കുന്നതാകണം
                 ഈ തിരഞ്ഞെടുപ്പ്. അഴിമതിയെയും അടിമത്ത
                 ത്തെയും തൂത്തെറിയുന്നതിന്റെ പ്രതീകമായ ചൂലാണ്
                 പാർട്ടിയുടെ തിരഞ്ഞെടുപ്പ് ചിഹ്നം. ഇപ്പോഴത്തെ
                 ക്യൂബൻ പ്രസിഡണ്ട് രമൺഗ്രൗസാൻമാർട്ടിൻ
                 ഏറ്റവും വലിയ അഴിമതിക്കാരനാണ്. അദ്ദേഹത്തിന്
                 ഗ്വാട്ടിമാലയിൽ അനധികൃതസ്വത്തുണ്ട്. ഭരണത്തിലി
                 രുന്ന് അമേരിക്കയുടെ ഏജൻസിപ്പണിയാണയാൾ

ചെയ്യുന്നത്. ബഹുരാഷ്ട്രക്കമ്പനികൾക്ക് വിടുപണി ചെയ്ത് കോടികളാണയാൾ സമ്പാദിക്കുന്നത്. ഇതു പറഞ്ഞതിന് എനിക്കുനേരെ എന്തെല്ലാം സമ്മർദങ്ങൾ.... (തൊണ്ടയിടറുന്നു.) ഞാനീ പറയുന്നത് സത്യം മാത്രമാണ്. മരണമൊഴിപോലെ നിങ്ങളിത് വിശ്വസിക്കണം. അഴിമതിക്കെതിരായ പോരാട്ടം എനിക്കുശേഷവും ഈ പാർട്ടി തുടരും, ഫിദൽ കാസ്ട്രോയെപ്പോലുള്ള ഉശിരന്മാരായ നേതാക്കൾ ഈ പാർട്ടിക്കുണ്ട്. ഭരണത്തിലിരിക്കുന്ന ജനവഞ്ചകരെ ഈ തിരഞ്ഞെടുപ്പിൽ വലിച്ച് താഴത്തിടണം. അവരുടെ സ്വത്തുക്കൾ കണ്ടുകെട്ടണം. ഫിദൽ... എനിക്ക് വയ്യ.... താങ്കളീ പോരാട്ടം തുടരണം.

(മുഖത്ത് ഭാവഭേദം. പെട്ടെന്ന് തോക്കെടുത്ത് സ്വയം വെടിവെച്ച് മരിക്കുന്നു.)

രംഗം – 14

കാസ്ട്രോയുടെ

ശബ്ദം : അരക്ഷിതമായ എന്റെ നാടിന്റെ നിലവിളി കാതിൽവ
ന്നലച്ചപ്പോൾ ചിബാസ് നിർത്തിയേടത്തുനിന്ന്
എനിക്ക് തുടരേണ്ടിവന്നു. പുതിയ പുതിയ പോർനി
ലങ്ങളിലേക്ക് എടുത്തുചാടേണ്ടിവന്നു.

*(ക്യൂബയിലെ ഒരു പാടം. കർഷകർ കരിമ്പ് വിളവെടുക്കുന്നു.
ഫിദലും ഒപ്പമുണ്ട്. പശ്ചാത്തലത്തിൽ ക്യൂബൻ നാടോടിഗാനം.
കരിമ്പ് കെട്ടുകൾ ചുമലിലേറ്റി കർഷകർ താങ്ങിക്കൊണ്ടുപോ
കുന്നു. അവരെ സഹായിച്ചുകൊണ്ട് ഫിദൽ പുറത്തേക്കുപോവു
ന്നു. പെട്ടെന്ന് ഒരു ബുൾഡോസറിന്റെ ശബ്ദം. കർഷകർ അമ്പ
രന്നുനോക്കുന്നു. ശബ്ദം അടുത്തുവരുന്നതിനനുസരിച്ച് അവർ
ഭയന്ന് പിന്നോട്ടുമാറുന്നു. ഒരു പട്ടാളക്കാരൻ വന്ന് പാടത്തിനു
നടുവിൽ United fruit Company, USA എന്ന ബോർഡ് സ്ഥാപി
ക്കുന്നു.)*

വൃദ്ധൻ : എന്തായിതൊക്കെ?
പൊലീസ് : കണ്ടുകൂടേ? യുണൈറ്റഡ് ഫ്രൂട്ട്സ് കമ്പനിക്കുവേണ്ടി
ഭൂമി ഏറ്റെടുത്തിരിക്കുന്നു.
മറ്റൊരാൾ : അപ്പോൾ ഞങ്ങളെന്തുചെയ്യും?
പൊലീസ് : അതൊന്നും എനിക്കറിയണ്ട. ഗവർമെണ്ട് ഉത്തരവാ...
മമ്പീസ : തനിക്കറിയണം. ഈ മണ്ണ് എങ്ങനെയാ ഉണ്ടായ
തെന്ന്. ഞാനൊരു മമ്പീസയാ. സ്വാതന്ത്ര്യസമര

ത്തിൽ പങ്കെടുത്ത പോരാളി. ഞങ്ങളൊക്കെ ചോരയും ജീവനും നൽകിയ സ്പെയിൻകാരിൽനിന്ന് ഇത് വീണ്ടെടുത്തത്.

വേറൊരാൾ : *(ഒരുപിടി മണ്ണുവാരി)* ചോരയുടെ പശയുണങ്ങാത്ത മണ്ണാ ഇത്. ഇതിൽ തൊടാൻ ഒരുത്തനെയും അനു വദിക്കുകയില്ല. നിന്റെയാ കൊഴുത്തു തടിച്ച ശരീരമു ണ്ടല്ലോ ഞങ്ങൾ ഇവിടെയൊഴുക്കുന്ന വിയർപ്പാ അത്.

മറ്റൊരാൾ : ഇറക്കുമതിയെന്നും കരാറെന്നും പറഞ്ഞ് ഇപ്പോ ത്തന്നെ ഞങ്ങളുടെ കൃഷി തകർത്തു. ആത്മ ഹത്യയുടെ വക്കിലാ ഞങ്ങൾ. ഈ മണ്ണും പോയാൽ ഞങ്ങളെങ്ങനെ ജീവിക്കും.

പൊലീസ് : *(ഒരുപിടി ഡോളർ നീട്ടി)* ഇതാ.. കമ്പനിവക നഷ്ടപ രിഹാരം... ഡോളർ പോരെ ജീവിക്കാൻ.

മമ്പീസ : *(മുന്നോട്ടുവന്ന്)* ഈ മണ്ണ് ഞങ്ങൾക്ക് പെറ്റമ്മയാ. ഒരു പിടി ഡോളറിന് അമ്മയെ വിൽക്കുന്നവരല്ല ഞങ്ങൾ. ഫ... അവന്റെയൊരു ഡോളർ...

(ഡോളർ വാങ്ങി വലിച്ചെറിയുന്നു.)

പൊലീസ് : *(ക്ഷുഭിതനായി)* എടാ...

(മമ്പീസയെ കയറിപ്പിടിക്കുന്നു. ഭീകരമായി മർദിക്കുന്നു. ഫിദൽ വക്കീൽക്കോട്ടുമിട്ട് ഓടിവരുന്നു. പട്ടാളക്കാരനെ തൊഴിച്ചുമാറ്റു ന്നു. അക്രമം തടയുന്നു.)

ഫിദൽ : തൊട്ടുപോകരുത്. താനെന്താ കരുതിയേ? ചോദി ക്കാനും പറയാനും ആളില്ലാന്നോ? ഭൂമി ഏറ്റെടുക്കു ന്നതിനെതിരെ ഇവർ കേസുകൊടുത്ത കാര്യം തനി ക്കറിയില്ലേ? അതിന്റെ വിധി വരുംവരെ ഇവിടെ ചവി ട്ടാൻ ഒരുത്തനും അധികാരമില്ല.

പൊലീസ് : അതുപറയാൻ താനാരാ?

ഫിദൽ : ഞാനിവരുടെ വക്കീൽ.

പൊലീസ് : വാദവും വിസ്താരവുമൊക്കെ കോടതിയിൽമതി. വക്കീലാണെന്നൊന്നും ഞാൻ നോക്കില്ല.

(ഫിദലിന്റെ കോട്ടിൽ കുത്തിപ്പിടിക്കുന്നു.)

ഫിദൽ : *(തള്ളിമാറ്റി)* താനെന്തു ചെയ്യുമെടാ ബാസ്റ്റഡ്. അമേ രിക്കൻ കമ്പനിയുടെ എച്ചിൽനക്കി വന്നിരിക്കുന്നു. എന്റെ ശവത്തിൽ ചവിട്ടിയല്ലാതെ തനിക്കീ ഭൂമി ഒഴി

പ്പിക്കാനാവില്ല.

പൊലീസ് : *(തോക്കുചൂണ്ടി)* ടാ...

ഫിദൽ : വേണ്ട, കളി എന്നോടുവേണ്ട. തിരഞ്ഞെടുപ്പുകഴി
ഞ്ഞാൽ തന്റെയൊന്നും തലയിൽ ഈ തൊപ്പിയുണ്ടാ
വില്ല. താനൊക്കെ ഇവരുടെ കാലിൽ വീണ് മാപ്പുപറ
യും. ഇല്ലെങ്കിൽ ഞാൻ പറയിക്കും. വെറുതെയല്ല
അഡ്വക്കേറ്റ് ഫിദൽ കാസ്ട്രോയെ പാർട്ടി പ്രസിഡണ്ട്
സ്ഥാനാർഥിയാക്കിയത്. കടന്നുപോടാ.

*(പട്ടാളക്കാർ വിരണ്ടുപോകുന്നു. പിന്മാറുന്നു. എല്ലാവരും ചേർന്ന്
ബോർഡ് പിഴുതെടുത്ത് പട്ടാളക്കാരെ എറിയുന്നു.)*

മമ്പീസ : മോനാണോ സ്ഥാനാർഥി? എന്നിട്ട് ഒരുവാക്ക് പറഞ്ഞി
ല്ലല്ലോ? മോൻ ജയിച്ചാ ഞങ്ങളുടെ ഭൂമിയൊക്കെ
ഞങ്ങൾക്ക് തന്നെ കിട്ടുമോ?

ഫിദൽ : പിന്നെയല്ലാതെ? അതിനുവേണ്ടിയല്ലേ ഞാൻ മത്സരി
ക്കുന്നതുതന്നെ.

*(ജനങ്ങൾ ആഹ്ലാദാരവത്തിൽ. അവർ ഫിദലിനെ തോളിലേറ്റി
നൃത്തം ചെയ്യുന്നു. മുദ്രാവാക്യം വിളിക്കുന്നു. "ക്യൂ വീവാ ഫിദൽ
കാസ്ട്രോ... വോട്ട്.. വോട്ട്.. ഫിദൽ കാസ്ട്രോ." റൗൾ കാസ്ട്രോ
ധൃതിയിൽ വരുന്നു.)*

റൗൾ : അവസാനിച്ചു. എല്ലാം അവസാനിച്ചു.

ഫിദൽ : എന്തുപറ്റി റൗൾ?

റൗൾ : തിരഞ്ഞെടുപ്പ് റദ്ദാക്കി. പട്ടാള അട്ടിമറിയിലൂടെ
ബാറ്റിസ്റ്റ അധികാരം പിടിച്ചെടുത്തു.

മമ്പീസ : അപ്പോ ഇനി തിരഞ്ഞെടുപ്പേ ഉണ്ടാവില്ലേ?

റൗൾ : ഇല്ല. ന്യൂയോർക്ക് ടൈംസിന്റെ സർവേയിൽ ബാറ്റിസ്റ്റ
മൂന്നാം സ്ഥാനത്തായിരുന്നു. തോൽക്കുമെന്ന് കണ്ട
പ്പോൾ അട്ടിമറി.

(എല്ലാവരുടെയും മുഖത്ത് പ്രതികരണങ്ങൾ)

ഫിദൽ : *(അരിശത്തോടെ)* 1952 മാർച്ച് 10. ക്യൂബൻ ജനാധിപ
ത്യത്തിന്റെ ചരമദിനം. ബാറ്റിസ്റ്റയുടെ ഏകാധിപ
ത്യത്തിന്റെ ജന്മദിനം... പറയൂ... ക്യൂബയെ രക്ഷി
ക്കാൻ.. പാവപ്പെട്ട ഈ മനുഷ്യരെ രക്ഷിക്കാൻ ഇനി
എന്താണ് വേണ്ടത്?

റൗൾ : വഴിയുണ്ട്. ജനാധിപത്യത്തിന്റെ എല്ലാവഴികളും അട
യുമ്പോൾ താനെ തുറക്കുന്ന മറ്റൊരു വഴി.

(എല്ലാവരും ശ്രദ്ധിക്കുന്നു. തോക്കെടുത്ത് ഫിദലിന് നൽകുന്നു.)

ഫിദൽ : *(തോക്കുയർത്തി)* വിപ്ലവം... സായുധവിപ്ലവം.

(വെളിച്ചമണയുന്നു. തെളിയുമ്പോൾ വിപ്ലവകാരികളുടെ പരിശീ ലനകേന്ദ്രത്തിൽ ഫിദൽ അവരെ അഭിസംബോധന ചെയ്യുന്നു.)

ഫിദൽ : സഖാക്കളേ... നമ്മുടെ പരിശീലനത്തിന് ഇന്നേക്ക് ഒരു വർഷം തികയുകയാണ്. പിറന്ന മണ്ണിനുവേണ്ടി ജീവൻപോലും ഉപേക്ഷിക്കാൻ തയാറായിവന്ന നിങ്ങ ളെയോർത്ത് ക്യൂബ അഭിമാനം കൊള്ളും. ഈ രാത്രി പുലരുമ്പോൾ വിപ്ലവത്തിന്റെ ആദ്യ വെടി മുഴങ്ങണം. സ്വാതന്ത്ര്യസമരത്തിൽ രക്തസാക്ഷിയായ രാഷ്ട്രപി താവ് ജോസ് മാർട്ടിക്കുള്ള പിറന്നാൾ സമ്മാനമാണ് ഈ ഓപ്പറേഷൻ.

റൗൾ : അതെ. നാളെ ജൂലൈ 26 ന് പുലർച്ചെ 5.15 ന് നാം ബാത്തിസ്തക്കെതിരെ ആക്രമണം ആരംഭിക്കുന്നു. *(വിപ്ലവകാരികളുടെ ഹർഷാരവം)* മൊങ്കാദാ പട്ടാള ബാരക്കിലും, ബയാമോ ബാരക്കിലും ഒരേസമയം നാം ഇരച്ചുകയറണം. യന്ത്രത്തോക്കുകളും ടാങ്കുകളും പിടിച്ചെടുക്കണം. റേഡിയോ നിലയം കൈയടക്കണം. സായുധസമരത്തിന് തയാറാകാൻ ജനങ്ങളോട് അഭ്യർഥിക്കണം.

ഫിദൽ : സൈനികരെ കൊല്ലുക എന്നതല്ല നമ്മുടെ ലക്ഷ്യം. ആരെയെങ്കിലും കൊന്ന് നാടിനെ വിറപ്പിക്കുന്ന ഭീക രവാദികളല്ല നമ്മൾ. 165 പേരുള്ള നമ്മുടെ സംഘം പല ഗ്രൂപ്പുകളായിത്തിരിയണം. വനിതാ സഖാക്കളായ ഹെയ്ദി സാന്താമറിയയും മെൽബാഫെർണാണ്ടസും പരിക്കേറ്റവരെ ശുശ്രൂഷിക്കണം.

റൗൾ : സ്വാതന്ത്ര്യം അല്ലെങ്കിൽ മരണം. വിജയത്തിലൂടെ മുന്നോട്ട്.

(എല്ലാവരും ഏറ്റുവിളിക്കുന്നു. പുറപ്പെടുന്നു.)

രംഗം – 15

(റേഡിയോ വാർത്ത)

"ഹവാന റേഡിയോ വാർത്തകൾ... ക്യൂബൻ സൈന്യത്തിനെ തിരെ ഭീകരാക്രമണം. ഓറിയന്റ് പ്രവിശ്യയിലെ മൊങ്കാദകോട്ട യിലും ബയാമോ കോട്ടയിലും ശനിയാഴ്ച പുലർച്ചെ 5 മണിയോ ടെയാണ് ഭീകരാക്രമണം നടത്തിയത്. മൊങ്കാദയിൽ 2000 ത്തോളം സൈനികർ ഉണ്ടായിരുന്നു. ഏറ്റുമുട്ടലിൽ പകുതിയില ധികം ഭീകരർ കൊല്ലപ്പെട്ടു. ഭീകരരുടെ നേതാവ് ഫിദൽ കാസ്ട്രോ രക്ഷപ്പെട്ടു. ഇയാളെയും സംഘത്തിൽ അവശേഷിച്ചവരെയും പിടി കൂടി വധിക്കാൻ പ്രസിഡണ്ട് ബാറ്റിസ്റ്റ ഉത്തരവിട്ടു. സൈന്യം തിരച്ചിൽ തുടരുകയാണ്. ഭീകരരെ സഹായിക്കുന്നവർക്ക് കടുത്ത ശിക്ഷ നൽകുമെന്ന് പ്രസിഡണ്ട് മുന്നറിയിപ്പു നൽകി."

(രാത്രി. മലമുകളിൽ ക്ഷീണിച്ചവശരായെത്തുന്ന ഫിദലും സംഘവും. അവർ തളർന്നുറങ്ങുന്നു. പെട്ടെന്ന് പട്ടാളവിസിൽ ശബ്ദം. ഫിദലും സംഘവും ഞെട്ടിയുണരുന്നു. ഒളിക്കാൻ ശ്രമി ക്കുന്നു. അപ്പോഴേക്കും പട്ടാളക്കാർവന്ന് വളഞ്ഞുകഴിഞ്ഞു. കീഴ ടക്കുന്നു. ഓരോരുത്തരെയായി ഇരുട്ടിലേക്ക് നീക്കിനിർത്തുന്നു. ഫിദലിനെ പിടിക്കുന്നു.)

പട്ടാള ഓഫീസർ : നീയാണല്ലേ നേതാവ്...? ആ മുഖമൊന്ന് കാണട്ടേ. (മുഖത്തേക്ക് ടോർച്ചടിക്കുന്നു. അത്ഭുതത്തോടെ) ഫിദൽ... എംഗൽ കാസ്ട്രോ പ്രഭുവിന്റെ മകൻ

എങ്ങനെ ഈ തെമ്മാടികളോടൊപ്പം പെട്ടു.

ഫിദൽ : താൻ തന്റെ വഴി തെരഞ്ഞെടുത്തതുപോലെ ഞാൻ എന്റെ വഴിയും തെരഞ്ഞെടുത്തു. സ്വാതന്ത്ര്യപ്പോരാ ളികളായ ഇവരെ തെമ്മാടികളെന്നു വിളിക്കരുത്.

പട്ടാള ഓഫീസർ : ഫിദൽ... ഞാൻ താങ്കളെ രക്ഷിക്കാം. താങ്കളാരാ ണെന്ന് മറ്റു പട്ടാളക്കാരോട് പറയാതിരുന്നാൽ മാത്രം മതി.

ഫിദൽ : സൗഹൃദത്തിന്റെ ആനുകൂല്യമൊന്നും എനിക്കു വേണ്ട. എന്റെ സഖാക്കളെ മരണത്തിന് വിട്ടുകൊടു ത്തിട്ട് ഞാൻ മാത്രം രക്ഷപ്പെടാനോ? താൻ തന്റെ ഡ്യൂട്ടി നിർവഹിക്കുക. ഉം... വേഗം.

(നെഞ്ച് കാട്ടിനിൽക്കുന്നു.)

പട്ടാള ഓഫീസർ: *(പതറിനിന്ന് ഒരുനിമിഷം ആലോചിച്ച്)* സാർജന്റ്, അറസ്റ്റ് ഹിം.

(ഒരു പട്ടാളക്കാരൻ ഫിദലിനെ അറസ്റ്റ് ചെയ്തുകൊണ്ടുപോകു ന്നു. മറ്റു പോരാളികളെ പട്ടാളക്കാർ വെടിവെച്ചുകൊല്ലുന്നു.)

രംഗം – 16

"തൊഴിലാളിക്ക് സ്വത്തില്ല, ഭാര്യയും കുട്ടികളുമായുള്ള അവന്റെ ബന്ധത്തിന് ബൂർഷ്വാകുടുംബബന്ധങ്ങളുമായി യാതൊരു സാദൃ ശ്യവും ഇല്ലാതായിത്തീർന്നിരിക്കുന്നു. അവനെ സംബന്ധിച്ചിട ത്തോളം നിയമവും സദാചാരവും മതവുമെല്ലാം ബൂർഷ്വാമുൻവി ധികൾ മാത്രമാണ്. അവയുടെ ഓരോന്നിന്റെയും പിന്നിൽ അത്ര തന്നെ ബൂർഷ്വാതാൽപ്പര്യങ്ങൾ പതിയിരിക്കുന്നതായിട്ടാണ് അവർ കാണുന്നത്.

സ്വന്തം അഭിപ്രായങ്ങളെയും ലക്ഷ്യങ്ങളെയും മൂടിവെക്കുന്നതിനെ ഞങ്ങൾ വെറുക്കുന്നു. നിലവിലുള്ള സാമൂഹ്യവ്യവസ്ഥയെ ആകെ ബലംപ്രയോഗിച്ച് മറിച്ചിട്ടാൽ മാത്രമേ ലക്ഷ്യങ്ങൾ നേടാനാവൂ എന്ന് പരസ്യമായി പ്രഖ്യാപിക്കുന്നു. വിപ്ലവത്തെ ഓർത്ത് ഭര ണാധികാരിവർഗങ്ങൾ കിടിലംകൊള്ളട്ടെ. തൊഴിലാളികൾക്ക് നഷ്ടപ്പെടാനുള്ളത് ചങ്ങലക്കെട്ടുകൾമാത്രം. നേടാനുള്ളതോ, ഒരു ലോകം."

കാവൽക്കാരൻ : ഒരു കത്തുണ്ട്. (കത്ത് കൊടുക്കുന്നു.)

(ഫിദൽ കത്ത് തുറന്ന് വായിക്കുന്നു; മിർത്തയുടെ ശബ്ദത്തിൽ. അതേസമയം വേദിയുടെ മറുഭാഗത്ത് മിർത്ത സാധനങ്ങൾ പായ്ക്ക് ചെയ്യുന്നു. ഡ്രസ്സ് ചെയ്യുന്നു.)

"ഇങ്ങനെയൊരു കത്തെഴുതണമെന്ന് വിചാരിച്ചുതുടങ്ങിയിട്ട് കുറേനാളായി. ഇപ്പോൾ അതിനുള്ള സമയമായിരിക്കുന്നു. ഇതിലെ അക്ഷരങ്ങൾ അവ്യക്തമായേക്കാം. അത് കണ്ണീർ വീണതുകൊ ണ്ടാണ്. ഏഴുവർഷം മുമ്പ് ക്യാമ്പസിലെ കഫേയിൽവെച്ച് നിങ്ങളെ ആദ്യം പരിചയപ്പെട്ടപ്പോൾ വിദൂരത്തുള്ള ഏതോ ഒരു നക്ഷത്രത്തെ കയ്യെത്തിപ്പിടിച്ചതിന്റെ ആനന്ദത്തിലായിരുന്നു ഞാൻ. അത്രയ്ക്കഗാധമായി ഞാൻ നിങ്ങളെ പ്രണയിച്ചിരുന്നു. എന്നിട്ടും രണ്ടു വർഷം കാത്തിരിക്കേണ്ടിവന്നു, നിങ്ങളെ ഭർത്താ വായി കിട്ടാൻ. വിവാഹം കഴിഞ്ഞാലെങ്കിലും കാത്തിരിപ്പ് അവ സാനിക്കുമെന്ന് ഞാൻ കരുതി. എന്നെങ്കിലും നിങ്ങൾ നല്ലൊരു ഭർത്താവായി മാറുമെന്ന് ഞാൻ മോഹിച്ചു. പക്ഷേ, എന്റെ സ്വപ്ന ങ്ങളെ നിങ്ങൾ ചവിട്ടിമെതിച്ചു. നിങ്ങളുടെ സ്വപ്നങ്ങളിൽ ഞാനു ണ്ടായിരുന്നില്ല. നാടും വിപ്ലവവും മാത്രമേ ഉണ്ടായിരുന്നുള്ളൂ. ബാത്തിസ്തയുടെ പട്ടാള ഓഫീസറായ എന്റെ സഹോദരൻ റാഫേൽ എന്നോട് എല്ലാം പറഞ്ഞു. മരണംവരെ ജയിലിൽ കിട ക്കാൻപോകുന്ന ഒരാളെ കാത്തിരുന്ന് ജീവിതം പാഴാക്കാൻ മാത്രം വിഡ്ഢിയല്ല ഞാൻ. ഇനി നമ്മൾതമ്മിൽ യാതൊരു ബന്ധവുമില്ല. ആർക്കും വേണ്ടാത്ത പുസ്തകങ്ങളോടൊപ്പം നിങ്ങളെക്കുറിച്ചുള്ള നശിച്ച ഓർമകളും ഇവിടെ ബാക്കിയുണ്ടാകും. മറ്റെല്ലാം ഞാൻ കൊണ്ടുപോകുന്നു; എന്റെ മോനെയും."

ഫിദൽ   : അവനെയെങ്കിലും എനിക്ക് തരണം.
മിർത്ത   : എന്തിന്? നാലാം വയസിൽത്തന്നെ മോൻ പറഞ്ഞു
                         തുടങ്ങിയിരിക്കുന്നു അച്ഛനെപ്പോലെയാകണമെന്ന്.
                         ഞാൻ പോകുന്നു. ഡോക്ടർ എമിലിയോ ബ്ലാങ്കോ
                         യോടൊപ്പം; സ്പെയിനിലേക്ക്.

(മിർത്തക്കടുത്തേക്ക് നടന്നുവരുന്ന ഡോക്ടർ. അവർ നടന്നുനീ ങ്ങുന്നു. മിർത്തയുടെയും ഡോക്ടറുടെയും കൈപിടിച്ച് നടന്നു പോകുന്ന മകൻ.)

ഫിദൽ   : മുന്നോട്ടുനടക്കാൻ മറ്റൊരാളുടെ വിരൽത്തുമ്പ്
                         വേണ്ടാത്ത കാലത്ത് അവനെന്നെത്തേടിവരും. എന്റെ

വഴികൾ ശരിയായിരുന്നുവെന്ന് അവൻ ലോകത്തോട്
വിളിച്ചുപറയും. ഗുഡ് ബൈ...

(പൊടുന്നനെ രംഗത്ത് പുക പടരുന്നു. ആദ്യം ഫിദൽ പക
യ്ക്കുന്നു. വിഷവാതകമാണെന്ന് തിരിച്ചറിയുന്നു. അതിൽനിന്ന്
രക്ഷപ്പെടാനുള്ള ശ്രമം.)

രംഗം – 17

ഫിദൽ : ഞാനവസാനിപ്പിക്കുകയാണ്. വെറുതെവിടണം എന്ന
ഭൃർഥിച്ചുകൊണ്ടല്ല. എന്റെ സഖാക്കൾ കൽത്തുറ
ങ്കിൽക്കിടന്ന് നരകയാതന അനുഭവിക്കുമ്പോൾ
എന്നെമാത്രം മോചിപ്പിക്കണമെന്ന് പറയാൻ എനിക്ക്
സാധിക്കില്ല. അവരുടെ വിധി പങ്കിടാൻ എന്നെ അയയ്
ക്കുക. ഭരണാധികാരി പാതകിയും കള്ളനുമായിരി
ക്കുന്ന ഒരു റിപ്പബ്ലിക്കിലെ സത്യസന്ധന്മാരായ മനു
ഷ്യർ മരിക്കുകയോ ജയിലിൽ പോവുകയോ ചെയ്യേ
ണ്ടിവരുന്നത് തികച്ചും സ്വാഭാവികം. That is all my
lord.

ജഡ്ജി : പ്രോസിക്യൂഷന്റെയും പ്രതിയുടെയും വാദങ്ങൾ വിശ
ദമായി കേട്ടുകഴിഞ്ഞു *(തുമ്മുന്നു)*. ഇനി വിധി.

ഫിദൽ : വിധിക്കും മുമ്പ് ഒരുകാര്യം ഓർക്കുക. ഭാവിയിൽ
എപ്പോഴെല്ലാം ഈ കാലം വിമർശനവിധേയമാകുമോ
അത്രയും തവണ നിങ്ങൾ വിധിക്കപ്പെടും.

(ജഡ്ജി ധൃതിയിൽ വിധിപറയുന്നു.)

ജഡ്ജി : ക്യൂബൻ പ്രസിഡണ്ടിനെ ഒരു വിപ്ലവത്തിലൂടെ വധി
ക്കാനും ഭരണം അട്ടിമറിക്കാനും ശ്രമിച്ച പ്രതി കുറ്റ
ക്കാരനാണെന്ന് തെളിഞ്ഞിരിക്കയാൽ സാമൂഹ്യപരി

രക്ഷാ നിയമത്തിലെ 148-ാം വകുപ്പ് പ്രകാരം 15 വർഷത്തെ കഠിനതടവ് വിധിച്ചുകൊള്ളുന്നു.

ഫിദൽ : (പൊട്ടിച്ചിരിക്കുന്നു) വളരെ കുറഞ്ഞുപോയല്ലോ. എന്റെ 70 സഖാക്കളെ ക്രൂരമായി കൊന്നൊടുക്കിയ ബാത്തിസ്തയെ ഭയപ്പെടാത്തതുപോലെ ഞാൻ കൽത്തുറുങ്കിനെയും ഭയപ്പെടുന്നില്ല. അമേരിക്കൻ പാവയായ ഒരേകാധിപതിക്കുവേണ്ടി നിങ്ങൾ എന്നെ ശിക്ഷിച്ചു. പക്ഷേ, ചരിത്രം എന്നെ കുറ്റക്കാരനല്ലെന്ന് വിധിക്കും.

(ചരിത്രം എന്നെ കുറ്റക്കാരനല്ലെന്ന് വിധിക്കും എന്ന ശബ്ദം മുഴങ്ങുമ്പോൾ കർട്ടൻ)

രംഗം – 18

ഫിദലിന്റെ
Voice Over

: ശിക്ഷക്കെതിരെ രാജ്യമാകെ ജനകീയപ്രതിഷേധമിരമ്പി. ഗത്യന്തരമില്ലാതെ ബാത്തിസ്ത പൊതുമാപ്പ് പ്രഖ്യാ പിച്ചു. ഒന്നരവർഷത്തെ ജയിൽവാസത്തിനുശേഷം 1955 മെയ് മാസം ഞങ്ങൾ മോചിതരായി. ക്യൂബ യിൽവെച്ച് ഇനിയൊരു വിപ്ലവസംഘടന കെട്ടിപ്പടുക്കാ നാവില്ലെന്ന് ബോധ്യമായപ്പോഴാണ് ഞങ്ങൾ മെക്സി ക്കോയിലേക്ക് പുറപ്പെട്ടത്. മൊങ്കാദാ ആക്രമണ ത്തിന്റെ സ്മരണയ്ക്കായി അവിടെവെച്ച് ജൂലൈ 26 പ്രസ്ഥാനം ആരംഭിച്ചു. പ്രസ്ഥാനത്തിന് ഒരിക്കലും മറ ക്കാനാവാത്ത ഒരു പേരുണ്ട്. മരിയ അന്റോണിയോ ഗോൺസാലസ്.

(മെക്സിക്കോ. മരിയാന്റിയുടെ വീട്. അവർ ഗിത്താർ വായിച്ചു കൊണ്ടിരിക്കുന്നു. ഏതാനും പട്ടാളക്കാർ വരുന്നു. അതു ശ്രദ്ധി ക്കാത്ത മട്ടിൽ മരിയാന്റി ഉച്ചത്തിൽ സംഗീതം തുടരുന്നു.)

പട്ടാളം   : നിങ്ങളാണോ മരിയാ അന്റോണിയോ ഗോൺസാലസ്?
മരിയാന്റി   : അതെ.
പട്ടാളം   : ഞങ്ങൾക്ക് ഈ വീടൊന്ന് പരിശോധിക്കണം.
മരിയാന്റി   : എന്തിന്?
പട്ടാളം   : രാജ്യത്തിനെതിരെ കലാപം നയിക്കുന്ന ക്യൂബൻ ഗറില്ലാ പോരാളികളെ നിങ്ങളിവിടെ ഒളിവിൽ താമ

സിപ്പിക്കുന്നുണ്ട്.

മരിയാന്റി : ഗറില്ലാ പോരാളികളോ? എന്ത് അസംബന്ധമാണ് നിങ്ങളീ പറയുന്നത്? ഞാനീ വീട്ടിൽ ഒറ്റയ്ക്കാണ്. ഭർത്താവും സഹോദരനും മരിച്ചുപോയ എനിക്ക് പുറം ലോകവുമായി യാതൊരു ബന്ധവുമില്ല.

പട്ടാളക്കാരൻ : നിങ്ങൾ നന്നായി നുണ പറയുന്നു.

മരിയാന്റി : എന്തിന്? എനിക്ക് നിങ്ങളോട് നുണ പറഞ്ഞിട്ട് എന്തു കാര്യം? ഈ ഗിത്താറും വേദപുസ്തകങ്ങളിലെ വച നങ്ങളും മാത്രമേ എനിക്ക് കൂട്ടിനുള്ളൂ. എന്നെ ശല്യം ചെയ്യരുത്.

പട്ടാളം : ഗറില്ലകളെ ഒളിപ്പിക്കുന്നത് രാജ്യദ്രോഹക്കുറ്റമാണ്. ശിക്ഷ വളരെ കടുത്തതായിരിക്കും. മരിക്കാൻ ഭയ മില്ലേ നിങ്ങൾക്ക്?

മരിയാന്റി : ഓഹോ അപ്പോൾ കേട്ടതൊക്കെ ശരിയാണല്ലേ? സെർച്ചിന്റെ പേരിൽ വീടുകൾ കൊള്ളയടിച്ചും സ്ത്രീകളുടെ മാനം കവർന്നും നിങ്ങൾ നടത്തുന്ന തേർവാഴ്ച മരിയാ അന്റോണിയോ ഗോൺസാല സിന്റെ മുന്നിൽ നടപ്പാവില്ല. കരിമ്പിൻതോട്ടത്തിൽ കയറുന്ന കാട്ടുമൃഗങ്ങളെപ്പോലെ മറ്റുള്ളവരുടെ സ്വകാ ര്യതകൾ ചവിട്ടിമെതിന്ക്കാൻ എന്തധികാരമുണ്ട് നിങ്ങൾക്ക്? അതിനുള്ള എന്ത് രേഖകളുണ്ട് കയ്യിൽ?

പട്ടാളം : ചിലയ്ക്കാതിരിക്ക് തള്ളേ. ഇത് ഞങ്ങളുടെ ഡ്യൂട്ടി യാണ്. നിങ്ങളിപ്പോൾ നടത്തിയ അധികപ്രസംഗം മാത്രംമതി രാജ്യദ്രോഹക്കുറ്റത്തിന് നിങ്ങളെ അറസ്റ്റ് ചെയ്യാൻ.

മരിയാന്റി : രാജ്യദ്രോഹികൾ നിങ്ങളാണ്. അമേരിക്കൻ സാമ്രാ ജ്യത്വത്തിന് വിടുപണി ചെയ്യുന്ന ബാറ്റിസ്റ്റയുടെ ചെരു പ്പുനക്കികൾ. ഈ പറയുന്ന ഗറില്ലകൾ ക്യൂബയ്ക്കു വേണ്ടി പോരാടുന്നവരാണെന്ന് കേട്ടിട്ടുണ്ട്. അവരെ സംരക്ഷിക്കാൻ ഒരവസരം കിട്ടിയാൽ ഞാനത് പാഴാ ക്കില്ല.

ഓഫീസർ : എടീ കൊടിച്ചിപ്പട്ടി, (അടിക്കാനോങ്ങുന്നു)

മരിയാന്റി : (തോക്കെടുത്ത് ചൂണ്ടുന്നു) തൊട്ടുപോകരുത്. നിങ്ങൾക്ക് നിങ്ങളുടെ ഡ്യൂട്ടി ചെയ്യാം. ഇതിനകത്ത് നിന്ന് മറ്റൊരാളെ കണ്ടെത്താൻ കഴിഞ്ഞില്ലെങ്കിൽ നിങ്ങളെന്നെ ഇത്രയും നേരം പീഡിപ്പിച്ചതിന് മുഴു വൻ കണക്കു പറയേണ്ടിവരും. നിങ്ങൾക്കെതിരെ

ഞാൻ കോടതി കയറും. മെക്സിക്കോയിൽ ഒരു വിധ
വയ്ക്ക് നീതി ഉറപ്പാക്കാൻപോലും പറ്റാത്ത ഭരണ
കൂടം. ഫൂ... *(പട്ടാളക്കാരൻ പരുങ്ങുന്നു)* ഉം ധൈര്യ
മുണ്ടെങ്കിൽ കയറിനോക്ക് *(പട്ടാളക്കാരൻ ഒന്ന് തറ
പ്പിച്ചു നോക്കി പുറത്തേക്ക് പോകുന്നു. പോയെന്ന് ഉറ
പ്പായശേഷം ഫിദലും സംഘവും വരുന്നു).*

ഫിദൽ   : ഒരുനിമിഷം എല്ലാ അവസാനിച്ചുവെന്ന് കരുതിയതാ
      അവർ ഞങ്ങളെ കണ്ടിരുന്നെങ്കിൽ.

മരിയാന്റി : അവന്റെ കണ്ണുകളിൽ ഒരു ഭീരു ഉണ്ടായിരുന്നു. അതാ
      രണ്ടും കൽപ്പിച്ച് ഞാൻ പൊട്ടിത്തെറിച്ചത്. പരാജയ
      പ്പെടാനല്ലല്ലോ നിങ്ങളീ ത്യാഗം സഹിക്കുന്നത്.

ഒരാൾ   : ബാറ്റിസ്റ്റയുടെ പുതിയ പ്രഖ്യാപനം അറിഞ്ഞോ? ചരി
      ത്രത്തിൽനിന്നും വിപ്ലവങ്ങളെല്ലാം തുടച്ചുനീക്കിക്കഴി
      ഞ്ഞെന്ന്.

ഫിദൽ   : ഏതാനും ചെറുപ്പക്കാർ ചേർന്ന് ഒരു രാജ്യത്തിന്റെ
      അധികാരം പിടിച്ചെടുക്കാൻ പോകുന്നുവെന്ന് പറ
      ഞ്ഞാൽ ആരാ വിശ്വസിക്കുക.

മരിയാന്റി : നിങ്ങൾക്കത് സാധിക്കും ഫിദൽ.

ഫിദൽ   : നമുക്ക് തുടരാം.

(പരിശീലനം തുടരുന്നു.)

(പുറത്തുനിന്ന് റൗളിന്റെ "Comrades.." എന്ന വിളി. എല്ലാവരും
ശ്രദ്ധിക്കുന്നു. റൗൾ ആവേശത്തോടെ കടന്നുവരുന്നു)

റൗൾ   : ഫിദൽ, മരിയാന്റി, ഇനിയൊട്ടും ആശങ്കവേണ്ട. നമ്മൾ
      വിജയിച്ചുകഴിഞ്ഞു.

ഫിദൽ   : എന്താ കാര്യം?

റൗൾ   : നമുക്കൊരു പുതിയ പോരാളിയെ, അല്ല പടനായകനെ
      വീണുകിട്ടിയിരിക്കുന്നു. വിപ്ലവസ്വപ്നങ്ങളുമായി രാജ്യ
      ങ്ങളിൽനിന്ന് രാജ്യങ്ങളിലേക്ക് മുന്നേറുന്ന ധീര
      യോദ്ധാവിനെ.

മരിയാന്റി : കാര്യം പറയൂ റൗൾ.. ആരാ പുതിയ മെമ്പർ?

റൗൾ   : ഡ്രോ. ഏണസ്റ്റോ ചെ ഗുവേര..

(പുറത്തേക്ക് കൈ ചൂണ്ടുന്നു. എല്ലാവരും അത്ഭുതപ്പെട്ട് നോക്കി
യിരിക്കെ ബാഗുകളും തോക്കുമായി ചെ കടന്നുവരുന്നു. ചെ എല്ലാ
വരേയും അഭിവാദ്യംചെയ്യുന്നു.)

ഫിദൽ	: അർജന്റീനയിൽ ജനിച്ച് ലാറ്റിനമേരിക്കയുടെ വിപ്ലവ നക്ഷത്രമായി ജ്വലിച്ചുകൊണ്ടിരിക്കുന്ന സഖാവ് ചെ ഗുവേര... ഗ്വാട്ടിമാലയുടെ നഗരവീഥികളെ ഗറില്ലായു ദ്ധത്താൽ പ്രകമ്പനം കൊള്ളിച്ച ധീരസേനാനി.
ചെ	: ജീവിച്ചിരിക്കുന്നതിൽ വെച്ച് ഏറ്റവും മഹത്തായ വ്യ ക്തിത്വം..... ഇച്ഛാശക്തിയുടെയും നേതൃത്വമികവിന്റെയും പ്രതിരൂപമായ ഫിദൽ.. എന്റെ ഇനിയുള്ള പ്രവർത്ത നങ്ങൾ നിങ്ങളോടൊപ്പമായിരിക്കണമെന്ന് ആഗ്രഹി ക്കുന്നു.
റൗൾ	: രണ്ടുരാജ്യങ്ങളുടെ യൗവനം ഇവിടെ സംഗമിക്കുന്നു.
ചെ	: വിപ്ലവത്തിന്റെ ഇടിമുഴക്കം നമ്മുടെ തോക്കിൻകുഴലു കളിൽ ഒരുത്തരവിനായി കാതോർത്ത് നിൽക്കുന്നു.
ഫിദൽ	: ഇനി നമുക്കാരംഭിക്കാം. ഗറില്ലായുദ്ധത്തിന്റെ പുതിയ പാഠങ്ങൾ.

(ഗാനം. ഗറില്ലാപരിശീലനത്തിന്റെ ചടുലമായ ദൃശ്യങ്ങൾ... ബാറ്റി സ്റ്റയുടെ കോലമുണ്ടാക്കി അമേരിക്കൻ പതാക ചുറ്റി ഒരാൾ ഉയർത്തിപ്പിടിക്കുന്നു. മരിയാന്റി ആവേശത്തിൽ തോക്കുവാങ്ങി അതിൽ വെടിവെക്കുന്നു. മറ്റുള്ളവരും വെടിവെച്ച് പഠിക്കുന്നു. ബാഗുകളും മറ്റുമായി വിപ്ലവകാരികൾ തയാറാവുന്നു.)

ഫിദൽ	: മരിയാന്റീ, പുറപ്പെടാനുള്ള നേരമായി. *(പുറപ്പെടാൻ തയാറാകുന്നു.)*
മരിയാന്റി	: ഇനി എന്നെങ്കിലും നിങ്ങളെ എനിക്ക് കാണാൻ കഴി യുമോ?
ഫിദൽ	: ഇനി നമ്മൾ കാണുന്നത് സ്വതന്ത്രക്യൂബയിൽവെച്ചാ യിരിക്കും.

(അറ്റൻഷനിൽ നിന്ന് മരിയാന്റിക്ക് ഒരുമിച്ച് സല്യൂട്ട് നൽകുന്നു.) സ്വാതന്ത്ര്യം അല്ലെങ്കിൽ മരണം... (എല്ലാവരും ഏറ്റുവിളിക്കുന്നു.)

മരിയാന്റി	: ക്യൂ വീവാ ക്യൂബൻ റവലൂഷൻ.

(മരിയാന്റി മുഷ്ടിയുയർത്തി നിൽക്കുന്നു. ഒരേ താളത്തിൽ ഫിദ ലിന്റെ നേതൃത്വത്തിൽ വിപ്ലവകാരികൾ മാർച്ച് ചെയ്യുന്നു.)

രംഗം – 19

ഫിദൽ   : ഇതാണ് നമുക്ക് യാത്രതിരിക്കാനുള്ള പത്തേമാരി –
                ഗ്രാന്മ.

റൗൾ   : കോമ്രേഡ്സ്, ലഗേജുകൾ വേഗം കയറ്റിക്കോളൂ...

                    (ലഗേജുകൾ കയറ്റുന്നു)

ഒരാൾ   : വെടിമരുന്നാണ്. നനയാതെ നോക്കണം.

മറ്റൊരാൾ   : ബോർഡ് കണ്ടോ... ചെറു നൗകകളൊന്നും ഇറക്കരുത്.
                കടൽ ക്ഷോഭിച്ചിരിക്കുന്നു എന്ന്.

വേറൊരാൾ   : കടൽ ശാന്തമാകുന്നതുവരെ കാത്തിരുന്നാലോ?

ഫിദൽ   : തുക്സ്പാൻ കടൽ എന്നെങ്കിലും ശാന്തമായതായി
                കേട്ടിട്ടുണ്ടോ?

ക്യാപ്റ്റൻ   : 12 പേർക്കുള്ള കപ്പലിൽ നമ്മൾ 81 പേരാ...

വേറൊരാൾ   : ക്യാപ്റ്റൻ, എങ്കിൽ കപ്പലെങ്ങനെ ഇറക്കും.

ചെ ഗുവേര   : ആലോചിച്ച് നിൽക്കാൻ നേരമില്ല. പുലരുംമുമ്പ്
                നമുക്ക് മെക്സിക്കൻ അതിർത്തി പിന്നിടണം.

ഫിദൽ   : ഗ്രാന്മ പുറപ്പെടട്ടെ.

ഒരാൾ   : കയറുകൾ വലിച്ചു മുറുക്കൂ...

ഫിദൽ : പായകൾ നിവരട്ടെ, കപ്പൽ മുന്നോട്ട്.

(കപ്പൽ നീങ്ങുന്നു.)

ക്യാപ്റ്റൻ : ആഴക്കടലിലൂടെയാണ് നമ്മുടെ യാത്ര. സൂക്ഷി
ക്കണം. *(യാത്ര തുടരുന്നു.)*

ഫിദൽ : അതാ ഒരു വലിയ തിരമാല. *(തിരയിൽ കപ്പൽ ഉല
യുന്നു.)*

റൗൾ : കപ്പലിൽ വെള്ളം കയറുന്നു. ഉടനെ എന്തെങ്കിലും
ചെയ്യണം.

ചെ ഗുവേര : എന്ത് ചെയ്യാൻ?

ക്യാപ്റ്റൻ : ഭാരം കുറച്ചേ പറ്റൂ. ഇല്ലെങ്കിൽ അപകടം ഉറപ്പ്.

മറ്റൊരാൾ : എല്ലാവരും ഒന്നിച്ച് അവസാനിക്കേണ്ട. ഞാൻ കടലി
ലേക്ക് ചാടാം.

(ചാടാൻ തയാറാവുന്നു. മറ്റുള്ളവർ പിടിക്കുന്നു.)

ഫിദൽ : കോമ്രേഡ്, വഴിയുണ്ടാക്കാം. അതാ മറ്റൊരു വലിയ
തിരകൂടി വരുന്നു. എല്ലാവരും സൂക്ഷിക്കണം.

*(തിരയടിക്കുന്നു. ഒരാൾ കടലിൽ തെറിച്ചുവീഴുന്നു. മറ്റുള്ളവർ വലി
ച്ചുകയറ്റുന്നു.)*

ക്യാപ്റ്റൻ : കപ്പൽ മുങ്ങിക്കൊണ്ടിരിക്കുന്നു കോമ്രേഡ്സ്...

(ഫിദൽ കുറേ ലഗേജുകൾ കടലിലേക്ക് എറിയുന്നു.)

ഒരാൾ : അത് എറിയരുത് കോമ്രേഡ്. ഭക്ഷണസാധനങ്ങളാണ്.

ഫിദൽ : വേറെ വഴിയില്ല.

റൗൾ : ഫിദൽ, ഈ ദൗത്യവും പരാജയപ്പെട്ടാൽ.

ഫിദൽ : നാം മെക്സിക്കോയിലേക്കുതന്നെ മടങ്ങും. ക്യൂബ
യിലേക്കുള്ള അടുത്ത യാത്ര ആകാശത്തിലൂടെയാ
യിരിക്കും.

ചെ ഗുവേര : പാരച്യൂട്ടിൽനിന്നും ക്യൂബയുടെ മണ്ണിൽ നാം പറന്നി
റങ്ങും. ശത്രുക്കൾ നമ്മെ കൊല്ലുന്നതുവരെ.

ഫിദൽ : അഥവാ നാം നമ്മുടെ ജന്മഭൂമിയെ സ്വതന്ത്രയാക്കു
ന്നതുവരെ അവിടെത്തന്നെനിന്ന് പോരാട്ടം തുടരും.

ഫിദൽ : *(ആകാശത്തേക്ക് ചൂണ്ടി)* അതാ ഒരു പ്രാവ്.

ക്യാപ്റ്റൻ   : നമ്മൾ കരയ്ക്കടുത്തു കഴിഞ്ഞു.

റൗൾ   : രണ്ടുനാൾ വൈകിയെങ്കിലും ലക്ഷ്യത്തിലെത്തി.

ഫിദൽ   : ഇവിടെയിറങ്ങാം. ലഗേജുകൾ ഇറക്കിക്കൊള്ളൂ.

    (എല്ലാവരും ലഗേജുകൾ ഇറക്കുന്നു.)

ഒരാൾ   : സാധനങ്ങൾ പകുതിയേ ഉള്ളൂ.

മറ്റൊരാൾ   : ആയുധങ്ങളെല്ലാം നനഞ്ഞു.

രംഗം – 20

(ഒരു ചതുപ്പുനിലം. ഫിദലും സംഘവും വരുന്നു.)

ഫിദൽ : എന്തൊരു ഭീകരമായ സ്ഥലം. വഴി കാണിച്ചുതന്നവ
നെവിടെ?

റൗൾ : അയാൾക്കുപോവാൻ തിരക്കായിരുന്നു. ഞാൻ വിട്ടയച്ചു.

ഫിദൽ : ഛെ, അയാളുടെ സഹായം സ്വീകരിച്ചതുതന്നെ മണ്ട
ത്തരമായി. ആപൽക്കരമായ പ്രദേശങ്ങളിൽ അപരി
ചിതരെ വിശ്വസിക്കരുതായിരുന്നു. അയാൾ ഒറ്റുകാ
രൻ ആവാൻ സാധ്യതയുണ്ട്.

റൗൾ : ഇനി ശ്രദ്ധിക്കാം.

(ഒരാൾ നിലവിളിക്കുന്നു. കയ്യിൽ ഒരു ഞണ്ട് കടിച്ച നിലയിൽ.
ചെ കത്തിയെടുത്ത് അതിനെ കൊല്ലുന്നു.)

ചെ ഗുവേര : താനെന്താ ചെയ്തത്?

അയാൾ : വിശപ്പ് സഹിക്കാൻ വയ്യാഞ്ഞിട്ടാ... ഞണ്ടെങ്കിൽ
ഞണ്ടെന്ന് കരുതി.

വേറൊരാൾ : തിന്നാനുള്ളത് കടലിൽ എറിഞ്ഞാൽ പിന്നെന്തു
ചെയ്യും.

ഫിദൽ : സഹിച്ചേ പറ്റൂ. ലക്ഷ്യത്തെക്കുറിച്ച് മാത്രം ചിന്തിക്കുക.
മറ്റെല്ലാം മറക്കുക.

ഒരാൾ : (വിശപ്പ് സഹിക്കാനാവാതെ) പറ്റുന്നില്ല കോമ്രേഡ്.

(നടക്കുന്നതിനിടയിൽ ചെ ഗുവേര ചളിയിൽ താഴുന്നു. മറ്റുള്ളവർ പിടിച്ചുകയറ്റുന്നു. അവർ ചതുപ്പിൽനിന്ന് കയറുന്നു.)

ഒരാൾ   : ചോര നിൽക്കുന്നില്ലല്ലോ.

ചെ ഗുവേര   : സാരമില്ല. ഞാനില്ലേ കൂടെ?

(കരയിലെത്തുന്നു. മുറിവേറ്റയാളെ ശുശ്രൂഷിക്കുന്നു.)

ചെ ഗുവേര   : ഇവിടെ ക്യാമ്പുണ്ടാക്കാം. അല്ലേ കോമ്രേഡ് ഫിദൽ?

ഫിദൽ   : തീർച്ചയായും.

രംഗം – 21

(ടെന്റ് ഉയർത്തുന്നു.)

ഒരാൾ	: ആ കയറൊന്നു പിടിക്കൂ.
1	: വയ്യ... എഴുന്നേറ്റ് നിൽക്കാൻ പറ്റുന്നില്ല. വിശപ്പ് സഹി ക്കാം... പക്ഷേ, ഈ വ്രണങ്ങൾ...
ചെ ഗുവേര	: ഇതൊക്കെയല്ലേ പോരാളിയുടെ വഴികൾ.
2	: ഞങ്ങളും മനുഷ്യരല്ലേ?
ഫിദൽ	: പട്ടിണിതിന്ന് ജീവിക്കുന്ന പതിനായിരങ്ങൾക്കുവേണ്ടി യല്ലേ നാമീ പോരാട്ടങ്ങൾക്കിറങ്ങിയത്? നാം തളർ ന്നാൽ അവരുടെ സ്വപ്നങ്ങളല്ലേ തകരുക?

(സഖാക്കൾ കരിമ്പ് കാണുന്നു. ആർത്തിയോടെ തിന്നുന്നു.)

ഫിദൽ വിളിച്ചു പറയുന്നു

	Comrades എന്തുപണിയാ ഈ കാണിക്കുന്നേ... കരി മ്പിൻചണ്ടി അങ്ങനെ പരക്കെ വലിച്ചെറിയല്ലേ.
ചെ ഗുവേര	: ഒരടയാളത്തിനു വേണ്ടി കാത്തുനിൽക്കുകയാ ബാത്തി സ്തയുടെ പട്ടാളം..

(വിമാനങ്ങളുടെ ശബ്ദം. എല്ലാവരും ഞെട്ടുന്നു.)

ചെ ഗുവേര	: കോമ്രേഡ്സ്... ശത്രുക്കൾ നമ്മളെ കണ്ടുകഴിഞ്ഞു. അതാ പൈപ്പർ വിമാനങ്ങൾ താണിറങ്ങുന്നു.
ഫിദൽ	: Be ready. എല്ലാവരും ആയുധമെടുക്ക്. (തൊക്കെടു ക്കുന്നു. അപ്പോഴേക്കും വിമാനത്തിൽ നിന്ന് വെടിയു

ണ്ടകൾ വർഷിക്കുന്നു.) ആ ഭാഗത്ത് നിൽക്കുന്നത്
അപകടമാണ് ഇങ്ങോട്ടുവരൂ...

(ഒരാൾക്ക് വെടിയേൽക്കുന്നു.)

അയാൾ   : അവരെന്നെ കൊന്നു.

*(പിടഞ്ഞ് വീഴുന്നു. ചെ ശത്രുക്കൾക്കുനേരെ വെടിവെച്ചുകൊണ്ടു
തന്നെ അയാളെ ശുശ്രൂഷിക്കുന്നു.)*

അയാൾ   : ഞാൻ മരിക്കും.. എനിക്കുവേണ്ടി സമയം കളയണ്ട
                 കോമ്രേഡ് ചെ...
ചെ ഗുവേര   : അങ്ങനെ വഴിയിൽ ഉപേക്ഷിച്ച് പോകാനുള്ളതല്ല ഒരു
                 വിപ്ലവകാരിയുടെ ജീവൻ.
അയാൾ   : ഹസ്താല വിക്ടോറിയാ സിയംപ്രേ *(മരിച്ചുവീഴുന്നു).*
ചെ ഗുവേര   : ഹസ്താല വിക്ടോറിയാ സിയംപ്രേ *(ചെ അഭിവാദ്യം
                 അർപ്പിക്കുന്നു)*

(ചെ ഗുവേരയ്ക്കും വെടി കൊള്ളുന്നു.)

അയാൾ   : അയ്യോ ചെ ഗുവേരയ്ക്കും വെടിയേറ്റു.
വേറൊരാൾ   : കീഴടങ്ങാം... ഇനി കീഴടങ്ങാം...
ചെ ഗുവേര   : *(നെഞ്ച് പൊത്തിപ്പിടിച്ച് മറുകൈകൊണ്ട് തോക്കു
                 യർത്തി)* മരിക്കുമെന്നുറപ്പിച്ചാ നാം വന്നത്. കീഴടങ്ങാ
                 നല്ല. അവസാനശ്വാസം വരെ നാം പോരാടുക തന്നെ
                 ചെയ്യും.
                 (പോരാട്ടം തുടരുന്നു)

രംഗം – 22
Black Out Scene

ഫിദൽ	: റൗൾ... എത്രപേർ ബാക്കിയുണ്ട്?
റൗൾ	: 12 പേർ.
ഒരാൾ	: ഇനിയും എങ്ങോട്ടാ പോകുന്നത്? എന്തിന്?
മറ്റൊരാൾ	: ഈയാംപാറ്റകളെപ്പോലെ ചത്തൊടുങ്ങാനോ?
വേറൊരാൾ	: പിന്മാറാം കോമ്രേഡ്...
ഫിദൽ	; ഇല്ല... ഇത് സിയറാമെയ്സ്ത്ര പർവതമാണ്. ഇവിടെ നിന്നാണ് ജോസ് മാർട്ടി പട നയിച്ചത്. മാർട്ടി ബാക്കി വെച്ചുപോയ സ്വപ്നങ്ങൾ ഇവിടെവെച്ച് നാം സത്യ മാക്കും.
മറ്റൊരാൾ	: നാം ഒറ്റയ്ക്കല്ലേ?
ഫിദൽ	: ആരു പറഞ്ഞു? നമുക്ക് പിന്നിൽ വലിയൊരു ജനത യുണ്ട്. പ്രാണൻപോലും ഉപേക്ഷിക്കാൻ തയാറാവുന്ന താഴ്വാരത്തെ കർഷകർ.

രംഗം – 23

(സിയറാമെയ്സ്ത്ര താഴ്‌വര. പ്രഭാതം. കോഴികളുടെ കൂവൽ. ഒരു
കർഷകൻ വേലി കെട്ടുന്നു. ചുമലിൽ കരിമ്പുകെട്ടുകളുമായി കർ
ഷകർ പിന്നിലൂടെ കടന്നുപോവുന്നു.)

ഒരാൾ	:	...... അമ്മാവാ, ഞങ്ങളുടെകൂടെ വരുന്നോ ചന്തയ്ക്ക്.
കർഷകൻ	:	അയ്യോ എനിക്ക് പണിയുണ്ട്.
മറ്റൊരാൾ	:	അമ്മാവാ, രാവിലെ തുടങ്ങിയല്ലോ വേലികെട്ടൽ.
കർഷകൻ	:	ഞാ... ഉറപ്പുള്ള ഒരതിരില്ലെങ്കിൽ നാളേക്ക് ഭൂമി കാണില്ല.
		എല്ലാം തട്ടിയെടുക്കുകയല്ലേ ചെകുത്താന്മാർ.
അയാൾ	:	പട്ടാളക്കാരെത്തന്നെ സഹിക്കാനാവുന്നില്ല. അതിനി
		ടയിൽ ആ കങ്കാണിമാരും. ഞാ... നോക്ക് നോക്ക്
		ഞങ്ങൾ പോയിട്ടുവരാം.

(പുറത്തുനിന്ന് പൂ വേണോ പൂ.. എന്ന സീലിയയുടെ ശബ്ദം.
വൃദ്ധൻ കാതോർക്കുന്നു. പൂക്കാരിയുടെ വേഷത്തിൽ സീലിയ
വരുന്നു. ചുമലിൽ വലിയ ഒരു പൂക്കുട. അതിൽ പൂക്കൾ.)

സീലിയ	:	പൂ വേണോ അമ്മാവാ...
വൃദ്ധൻ	:	*(ചിരിക്കുന്നു)* സിയറാമെയ്സ്ത്ര മലയുടെ താഴ്‌വര
		യിൽ വന്ന് ഞങ്ങൾക്ക് പൂ വിൽക്കുന്നോ? വല്ല നഗര
		ത്തിലും പോയി വിൽക്കാൻ നോക്ക് പെണ്ണേ.
സീലിയ	:	നഗരത്തിലൊക്കെ പോയിവന്നതാ. ഇനി ഈ നാട്ടിൻ
		പുറക്കാരെ ഒന്നു പൂ ചൂടിക്കണം.

കർഷകൻ : ഓ... പിന്നേ... ഞങ്ങൾക്കിപ്പോൾ പൂ ചൂടാത്തതിന്റെ
കുറവല്ലേ?

സീലിയ : അതെന്താ അങ്ങനെ...?

കർഷകൻ : ഇവിടെ മനുഷ്യന് നടു നിവർത്താൻ നേരമില്ല. രാപ്പ
കൽ പണി, പുറമെ ആ ചെകുത്താന്മാരുടെ അടിയും
തൊഴിയും വെടിവെപ്പും.

സീലിയ : ഏത് ചെകുത്താന്മാർ?

കർഷകൻ : ആ ശവംതീനി ബാറ്റിസ്റ്റയുണ്ടല്ലോ. അവന്റെ പട്ടാള
ക്കാരുടെ...

സീലിയ : അങ്ങനെ പറയല്ലേ. കുഴപ്പക്കാരായ കുറെ താടിക്കാർ
അങ്ങേരുടെ ഭരണം അട്ടിമറിക്കാൻ നടക്കുകയയല്ലേ?
അവരെ പിടിക്കാനല്ലേ പട്ടാളക്കാരെത്തിയത്.

കർഷകൻ : അതിനാണോ പാവപ്പെട്ട ഞങ്ങളെ പിടിച്ചുകൊണ്ടു
പോയി ചാക്കിൽക്കെട്ടി മണ്ണെണ്ണയൊഴിച്ച് തീവെച്ച്
കൊല്ലുന്നത്? അതിനാണോ അടിച്ചും ഇടിച്ചും ഞങ്ങ
ളെ കൊല്ലാക്കൊല ചെയ്യുന്നത്? ഞങ്ങളുടെ കോഴി
യെയും ആടിനെയുമെല്ലാം പിടിച്ചുകൊണ്ടുപോയി
വറുത്തുതിന്നുന്നത്? പെൺമക്കളെ കൂട്ടമായി കടിച്ചു
കീറുന്നത്? *(കരയുന്നു)*

സീലിയ : അത് പിന്നെ നിങ്ങളാ താടിക്കാരെ സഹായിക്കുന്ന
തുകൊണ്ടല്ലേ.

കർഷകൻ : ഇനിയും സഹായിക്കും. അവർ ഞങ്ങൾക്ക് സ്വന്തം
മക്കളെപ്പോലെയാ.

സീലിയ : എന്നാൽ, ഇനിയും അനുഭവിക്കേണ്ടിവരും.

കർഷകൻ : അനുഭവിച്ചുകൊള്ളാം. ജീവൻപോകുന്നതുവരെ അനു
ഭവിക്കാൻ തയാറാ.

സീലിയ : ഒന്നു ചോദിച്ചോട്ടെ. അവന്മാർ ഇപ്പോൾ എവിടെയാ?

കർഷകൻ : *(ഭാവം മാറുന്നു)* അതെന്തിനാ നീയറിയുന്നത്?
നീയാരാ?

സീലിയ : അയ്യോ.. ഞാനൊരു പാവം പൂക്കാരിയാണേ.

കർഷകൻ : അല്ല... നീ ബാറ്റിസ്റ്റയുടെ ഏജന്റാ. കള്ളവേഷംകെട്ടി
നടക്കുന്നു. നിന്റെ മുഖമൊന്ന് കാണട്ടെ.

സീലിയ : *(മുഖം കാണിക്കുന്നില്ല)* അമ്മാവന് എത്ര കാശ്
വേണമെങ്കിലും തരാം. ഞാനാരോടും പറയില്ല.
എവിടെ ആ ചെറുപ്പക്കാർ?

കർഷകൻ : (കർഷകൻ ക്ഷുഭിതനായി കരിമ്പുവെട്ടുന്ന കത്തിയെ ടുത്ത് ചാടിവീണ് അവളോട്) നേരു പറയണം. ആരാ നീ?

(സീലിയ പൊട്ടിച്ചിരിക്കുന്നു. അവൾ പുതച്ച തുണിയും മറ്റും മാറ്റുന്നു. ഒരുനിമിഷം സ്തംഭിച്ചുപോയ കർഷകൻ പൊടുന്നനെ പൊട്ടിച്ചിരിക്കുന്നു)

കർഷകൻ : എന്റെ പ്രാവേ... നീയങ്ങ് പേടിപ്പിച്ചുകളഞ്ഞല്ലോ.

സീലിയ : പട്ടാളക്കാരെ കാണുമ്പോൾ എന്തായിങ്ങനെ കൈ പൊങ്ങാത്തത്?

കർഷകൻ : അവരുടെ കയ്യിൽ തോക്കില്ലേ മോളേ?

സീലിയ : അമ്മാവന് ഞാനൊരു തോക്കു തരട്ടെ?

കർഷകൻ : അയ്യോ. എനിക്ക് കൈ വിറയ്ക്കും.

സീലിയ : അതുകൊണ്ടാ അവന്മാർ പിന്നെയും പിന്നെയും നെഞ്ചിൽ ചവിട്ടുന്നത്.

കർഷകൻ : പക്ഷേ, എന്തുചെയ്താലും ഒരു രഹസ്യവും ഞാൻ പറഞ്ഞുകൊടുക്കില്ല.

സീലിയ : അതല്ലേ അമ്മാവ ഞങ്ങളുടെ ധൈര്യം.

കർഷകൻ : ഏതായാലും പ്രാവിന്റെ ഇന്നത്തെ വേഷം കലക്കി യിട്ടുണ്ട്. ആട്ടെ, ഇന്നെവിടെയൊക്കെ പറന്നു?

സീലിയ : ടൗണിൽപ്പോയി... വിവരങ്ങളൊക്കെ അന്വേഷിച്ചു. ടെലിഗ്രാം ശേഖരിച്ചു. പട്ടാളക്കാരുടെ നീക്കങ്ങൾ മന സിലാക്കി. പിന്നെ, മാർക്കറ്റിലിരുന്ന് കുറച്ച് പൂ വിറ്റു.

കർഷകൻ : അപ്പോ, നടന്ന് ക്ഷീണിച്ചുകാണും അല്ലേ? ഞാൻ സഹായിക്കാം. നീ കുടിലിലേക്ക് ചെന്ന് വല്ലതും എടുത്ത് കഴിക്കൂ.

സീലിയ : അയ്യോ വേണ്ട.

കർഷകൻ : ഓാ... വലിയ ഡോക്ടറുടെ മോളല്ലേ. ഞങ്ങളെപ്പോ ലത്തെ പാവങ്ങളുടെ വീട്ടിൽനിന്നും വല്ലതും കഴിക്കു ന്നത് കുറച്ചിലല്ലേ.

സീലിയ : ദേ, തമാശ പറച്ചിലിത്തിരി കൂടിപ്പോകുന്നു. ഞങ്ങൾ ക്കുള്ള ഭക്ഷണമൊക്കെ നിങ്ങളൊക്കെത്തന്നെയല്ലേ തരുന്നത്? ഡോ. സാഞ്ചസിന്റെ മകൾ നിങ്ങളുടെയും മകളല്ലേ? അങ്ങനെയല്ലാതെ ഞാനെപ്പോഴെങ്കിലും പെരുമാറിയിട്ടുണ്ടോ?

കർഷകൻ : അയ്യോ ഞാൻ പ്രാവിനെയൊന്ന് ശുണ്ഠി പിടിപ്പി

ക്കാൻ പറഞ്ഞതല്ലേ? എന്റെ മോള് വാ ഞാൻ വന്ന് വല്ലതും കഴിക്കാൻ എടുത്തുതരാം.

സീലിയ : അല്ലെങ്കിൽ ഞാൻതന്നെ കണ്ടുപിടിച്ച് എടുത്തുകഴി ച്ചോളാം.

(പൂക്കൊട്ട താഴെ വെച്ച് അകത്തേക്ക് നടക്കുന്നു.)

കർഷകൻ : അങ്ങനെ നേർവഴിക്ക് വാ. *(കർഷകൻ ചെന്ന് പൂക്കൊ ട്ടയെടുത്ത് ഉയർത്തുന്നു.)* പൂക്കൾക്കിത്രയും ഭാരമോ? *(എന്തോ ഓർത്ത്)* ആ മനസിലായി, മനസിലായി. *(ചിരിക്കുന്നു)*

(ഒരു പട്ടാളക്കാരൻ കടന്നുവരുന്നു. കർഷകനെ അടിക്കുന്നു.)

പട്ടാളം : എന്താടാ ഒരു ചിരി.

(കർഷകൻ ഞെട്ടുന്നു)

കർഷകൻ : ഒന്നുമില്ലേ?
പട്ടാളം : ഇന്നിവിടെ ആരെങ്കിലും വന്നോടാ?
കർഷകൻ : ഇല്ല ഏമാനേ.
പട്ടാളം : ആ താടിക്കാരോ മറ്റോ വന്നാൽ ഉടനെ വിവരമറിയി ക്കണം കേട്ടോടാ?
കർഷകൻ : ഓാ... അറിയിച്ചോളാമേ.
പട്ടാളം : എന്തുണ്ടെടാ ഇന്ന് ഞങ്ങളെ സൽക്കരിക്കാൻ.
കർഷകൻ : അയ്യോ ഒന്നുമില്ലല്ലോ ഏമാനേ.
പട്ടാളം : കള്ളം പറഞ്ഞാലുണ്ടല്ലോ. കൂട്ടിൽ കോഴിയില്ലേടാ.
കർഷകൻ : അയ്യോ ഏമാനേ. അടയിരിക്കുന്ന ഒരു പിട മാത്രമേയുള്ളൂ.
പട്ടാളം : ഹ.. ഹ.. ഹ.. അപ്പോ കോഴിയുമായി, മുട്ടയുമായി.

(ചിരിച്ചുകൊണ്ട് അകത്തേയ്ക്ക് പോകുന്നു.)

കർഷകൻ : അയ്യോ അരുത് യജമാനനേ. *(തടയുന്നു)*
പട്ടാളം : മാറിനിൽക്കെടാ. *(തള്ളിമാറ്റി നടക്കുന്നു.)*
കർഷകൻ : അയ്യോ അവിടെ ഒന്നുമില്ല സാറേ. ഇനി വരുമ്പോൾ എന്തെങ്കിലും ഞാൻ കരുതിവെച്ചു കൊള്ളാം. *(നിസ്സ ഹായനായി നിലവിളിക്കുന്നു.)*

(അകത്ത് പിടക്കോഴിയുടെ കരച്ചിൽ. സീലിയയെയും വലിച്ചിഴ ച്ചുകൊണ്ട് പട്ടാളക്കാരൻ വരുന്നു.)

പട്ടാളം : ഇങ്ങനെയൊരു പക്ഷി അകത്തുള്ള വിവരം എന്തു
കൊണ്ടാടാ നീ പറയാതിരുന്നത്.

കർഷകൻ : അയ്യോ യജമാനനേ, അവളൊരു പാവമാ.

പട്ടാളം : പാവമോ. നീയേതാടീ?

കർഷകൻ : (ഭയന്നപോലെ) അവൾ... ഒരു പൂക്കച്ചവടക്കാരിയാ.

പട്ടാളം : പൂക്കൾ എനിക്ക് ഭയങ്കര ഇഷ്ടാ. (പൂക്കുടയിലെ
പൂവെടുക്കാൻ ശ്രമിക്കുന്നു.) കയ്യിലിട്ട് ഞെരിച്ചുടയ്
ക്കാൻ എന്തൊരു രസമാ. എന്താടീ നിന്റെ പേര്?

കർഷകൻ : പ്രാവ്.

പട്ടാളം : പ്രാവോ?

കർഷകൻ : അതവളുടെ ഓമനപ്പേരാ യജമാനനേ.

പട്ടാളം : അല്ലെങ്കിൽ ഒരു പേരിലെന്തിരിക്കുന്നു?

സീലിയ : പേരിലും കാര്യമുണ്ട് സാറേ...

പട്ടാളം : നീ വായ തുറന്ന് സംസാരിക്കും അല്ലേ?

സീലിയ : നിങ്ങൾക്കെന്താ കൊമ്പുണ്ടോ?

പട്ടാളം : എടീ തർക്കുത്തരം പറയുന്നോ?

കർഷകൻ : അവൾ പോയ്ക്കോട്ടെ സാറെ.

(സീലിയ പെട്ടെന്ന് പൂക്കുട കയ്യിലെടുക്കുന്നു. പോകാൻ ശ്രമം.)

പട്ടാളം : അങ്ങനെയങ്ങ് പോകാനോ? ഇവിടെ വന്നാൽ സൽ
ക്കാരം ഏറ്റുവാങ്ങാതെ ഞങ്ങൾ തിരിച്ചു പോകാറില്ല.

(സീലിയയെ കടന്നുപിടിക്കാൻ ശ്രമം.)

സീലിയ : എന്നെ തൊടരുത്.

പട്ടാളം : ആഹാ... അത്രയ്ക്കായോ? (കയ്യിൽ കടന്നുപിടിക്കു
ന്നു.)

(സീലിയ ഒന്നു കറങ്ങിത്തിരിഞ്ഞ് പൂക്കുടയുടെ ചരട് പട്ടാളക്കാ
രന്റെ കഴുത്തിൽ ചുറ്റുന്നു. അയാളെ കീഴ്പ്പെടുത്തുന്നു. പോക്ക
റ്റിൽനിന്ന് തോക്കെടുത്ത് തലയ്ക്കുനേരെ ചൂണ്ടുന്നു.)

സീലിയ : നീ എന്താടാ നായേ കരുതിയത്? ഞാൻ സീലിയ.

(പട്ടാളക്കാരൻ ശ്വാസംകിട്ടാതെ പിടയുന്നു.)

പട്ടാളം : അയ്യോ.

സീലിയ : തന്റെയും തന്റെ യജമാനൻ ബാത്തിസ്തയുടെയും
കയ്യിൽപ്പെട്ട് ഇതുപോലെ പിടഞ്ഞ ആയിരങ്ങളില്ലേ.

അവരനുഭവിച്ച വേദന നീയും അറിയണം.

സീലിയ   : (മേൽവസ്ത്രം മാറ്റി യൂണിഫോം കാണിച്ച്.) ഞാൻ
സീലിയ. സീലിയാ സാഞ്ചെസ്. ഓർമയുണ്ടോ തനിക്ക്,
മരിയാ ഒക്കാവ എന്ന പത്തുവയസുകാരിയെ? എന്റെ
ഗ്രാമത്തിലൂടെ ഒരു പൂമ്പാറ്റയെപ്പോലെ പാറിനടന്ന
നിഷ്കളങ്കയായ പെൺകുട്ടി. നിന്നെപ്പോലുള്ള ചെന്നാ
യകൾ അവളെ കൂട്ടംചേർന്ന് കടിച്ചുകുടഞ്ഞു. അവ
ളുടെ ശവക്കല്ലറയ്ക്കു മുന്നിൽനിന്ന് ഒരുപിടി മണ്ണു
വാരി ഞാനെടുത്ത ഒരു പ്രതിജ്ഞയുണ്ട്. അവളോടും
എന്റെ ക്യൂബയോടും ഇത് ചെയ്ത നരഭോജികളുടെ
അന്ത്യം കാണുന്നതുവരെ പോരാടുമെന്ന്.

(ശബ്ദം കേട്ട് മലയിറങ്ങി ഓടിവന്ന പോരാളി.)

പോരാളി   : എന്താ... എന്തുപറ്റി സീലിയാ.
സീലിയ   : ഒരു ചെന്നായ... പാവം.
പോരാളി   : പറയൂ സീലിയ. കോഴിക്കൂട്ടിൽക്കയറിയ ഈ ചെന്നാ
യക്ക് എന്ത് ശിക്ഷയാ കൊടുക്കേണ്ടത്?
കർഷകൻ   : തൽക്കാലം കൂട്ടിലടച്ചിടാം.
സീലിയ   : ശിക്ഷ പിന്നെ തീരുമാനിക്കാം.

(രണ്ടുപേരും ചേർന്ന് പട്ടാളക്കാരനെ വലിച്ചിഴച്ച് അകത്തേക്കു
കൊണ്ടുപോകുന്നു. സീലിയ ധൃതിയിൽ പുറത്തേക്ക് വന്ന് പൂക്കുട
ചുമലിലേറ്റി പുറത്തേക്ക് നടക്കുന്നു.)

സീലിയ   : പൂ വേണോ... പൂവ്.

(പൂക്കുടയുമായി സീലിയ മലമുകളിലേക്ക് നടക്കുന്നു. വയർലെ
സിൽ ആർക്കോ നിർദേശങ്ങൾ നൽകി ഫിദൽ വരുന്നു. കൂടെ
ചെ, റൗൾ തുടങ്ങിയവർ. അവർ തമ്മിൽ കാണുന്നു. ചെയുടെ
തോളിൽ മെഡിക്കൽ ബാഗ്, ഫിദലിന്റെ കയ്യിൽ റേഡിയോ.)

സീലിയ   : പൂ വേണോ... പൂ...
ഫിദൽ   : ഞങ്ങൾക്ക് തരാൻ വല്ലതുമുണ്ടോ?
സീലിയ   : ആ ഞാൻ നിങ്ങളെ തിരക്കി അങ്ങോട്ട് വരികയായി
രുന്നു.

(സീലിയ പൂക്കുട താഴെവെച്ച് വലിയ പൂവെടുത്ത് ഫിദലിന്
നൽകുന്നു. ഫിദൽ അതിൽനിന്ന് കടലാസുതുണ്ട് പുറത്തെടുത്ത്

വായിക്കുന്നു.)

ചെ : നമ്മുടെ വനിതാ പോരാളികളുടെ പ്രവർത്തനങ്ങൾ എവിടെവരെയെത്തി?

സീലിയ : പെൺകുട്ടികൾ തുരുതുരാ വന്ന് യൂണിറ്റിൽ ചേരുകയല്ലേ. അവർക്ക് ഉഗ്ര പരീശീലനം തന്നെ നൽകുന്നുണ്ട്.

ചെ : വളരെ നന്നായി. പുരുഷന്മാരേക്കാൾ സൂക്ഷ്മത യോടെ അവർ കാര്യങ്ങൾ ചെയ്യും.

സീലിയ : (ഫിദലിനോട്) അമ്മ എന്തുപറയുന്നു.

ഫിദൽ : എല്ലാ അമ്മമാരും പറയുന്നതുതന്നെ.

സീലിയ : കുഴപ്പങ്ങൾക്കൊന്നും പോകരുത്. ശരീരം സൂക്ഷിക്ക ണം. വേഗം തിരിച്ചുവരണം... അച്ഛനെ സഹായി ക്കണം, സ്വത്തുക്കൾ നോക്കിനടത്തണം...

റൗൾ : സീലിയയുടെ ഉള്ളിലെ അമ്മ ഉണരുന്നതു കണ്ടോ?

ചെ : മറ്റുള്ളവർക്കുവേണ്ടി മരിക്കണമെന്നു പറയുന്ന ഏതെ ങ്കിലും അമ്മയുണ്ടാകുമോ?

സീലിയ : തീർച്ചയായും. എന്താണ് നമ്മൾ ചെയ്യുന്നതെന്ന് കൃത്യമായും അവർക്ക് ബോധ്യമാകണമെന്നു മാത്രം. രാഷ്ട്രീയവും, വിപ്ലവവുമൊക്കെ കുറെ ചെറുപ്പക്ക രുടെ സ്വകാര്യകാര്യമാണെന്ന ധാരണയങ്ങ് മാറണം.

ഫിദൽ : കറക്റ്റ്. അങ്ങനെയൊരു കുടുംബസങ്കൽപ്പമാണ് നമു ക്കുണ്ടായിരിക്കേണ്ടത്.

സീലിയ : (പോകുന്നതിനിടയിൽ) പിന്നെ, ഡോക്ടർസാർ രോഗി കൾ കുറെ കാത്തിരിപ്പുണ്ട്. (പോകുന്നു)

റൗൾ : ഞാൻ പോയി അവരെ ഇങ്ങോട്ട് വിളിക്കാം. (റൗൾ പോകുന്നു.)

ചെ : എന്തൊരു ധീരത. എന്തൊരു സാമർഥ്യം. സ്ത്രീകളാ യാൽ ഇങ്ങനെവേണം.

(ചികിത്സാബാഗെടുത്ത് തോളിലിടുന്നു. റൗൾ രോഗികളെ കൊണ്ടുവരുന്നു. ചെ പരിശോധിക്കുന്നു.)

രോഗി : മുമ്പ് കണ്ടിട്ടോ കേട്ടിട്ടോ ഇല്ലാത്ത രോഗങ്ങളാ. ഇങ്ങനെ പോയാൽ ഈ താഴ്വരയിൽ ഇനിയാരും ബാക്കിയുണ്ടാവില്ല.

ചെ : എല്ലാവർക്കും ഒരേ രോഗമാ.. പട്ടിണി.. മരുന്നുകൊണ്ട്

ഇത് മാറില്ല... നിങ്ങളുടെ വിയർപ്പുതുള്ളികൾ നിങ്ങ
ളുടെ തന്നെ തീൻമേശയിലെ അപ്പവും വീഞ്ഞുമായി
മാറുന്ന ഒരുദിവസം... അന്നേ ഈ രോഗം ഭേദമാകൂ.
അതിനുവേണ്ടിയാണ് നമ്മുടെ പോരാട്ടം.

(ആരോ പാട്ടുപാടുന്ന ശബ്ദം. മദ്യപിച്ചിട്ടുണ്ട്.)

കർഷകർ : ശ്, ശ് ഒരു കങ്കാണി വരുന്നുണ്ട്. ഈ പ്രദേശത്തെ
ജമ്മിയുടെ കങ്കാണിയാ... ചിചോ ഒസോറിയോ.
നിങ്ങൾ മാറിനിന്നോ. ഇത് ഞാൻ കൈകാര്യം ചെയ്
തോളാം.

*(ഫിദലും സംഘവും പെട്ടെന്ന് മറവിൽ നിൽക്കുന്നു. ഒസോറിയോ
രംഗത്തെത്തുന്നു. ആടിയാടിയാണ് വരവ്. കൈയിൽ ചാട്ടവാറുണ്ട്.
ഇടയ്ക്ക് ജീൻസ് ഊരിത്താഴുന്നു.)*

ഒസോറി : *(ചാട്ടവീശി)* ഡായ് നായിന്റെ മോനേ... ഇന്നെന്തു
ണ്ടെടാ എനിക്കുതരാൻ.
കർഷകർ : ഒന്നുമില്ല യജമാനനേ.
ഒസോറി : ഒന്നുമില്ലെന്നോ? *(ചാട്ടകൊണ്ടടിക്കുന്നു)*

(കർഷകൻ വേദനകൊണ്ട് പുളയുന്നു.)

കർഷകൻ : തല്ലരുത് യജമാനനേ...
ഒസോറിയോ : എങ്കിൽ വേണ്ടപോലെ സൽക്കരിക്കെടാ.
കർഷകൻ : ശരി യജമാനനേ. *(പോയി ഒരു കുപ്പി നാടൻ ചാരായം
കൊണ്ടുവരുന്നു.)* അസ്സൽ ഗോതമ്പ് വാറ്റിയതാ. യജ
മാനന് വേണ്ടി പ്രത്യേകം വാങ്ങിവെച്ചതാ.

*(ഒസോറിയോ കുടുകുടാ ചാരായം കുടിക്കുന്നു. കൂടുതൽ ലഹ
രിയിൽ.. നേരത്തെ പാടിയ പാട്ടുപാടുന്നു. കർഷകൻ ചിരിച്ചുപോ
കുന്നു.)*

ഒസോറിയോ : ഡായ് നായിന്റെ മോനേ.... എന്താടാ ചിരിക്കുന്നത്.
കർഷകൻ : ഒന്നുമില്ല യജമാനനേ.
ഒസോറിയോ : *(വീണ്ടും അടിച്ച്)* ഒന്നുമില്ലാതെ ചിരിക്കുന്നോ? ആ
നായിന്റെ മോൻ ഫിദൽ കാസ്ട്രോ ഇതുവഴിയെങ്ങാൻ
വന്നോടാ...
കർഷകർ : ഇല്ല യജമാനനേ.

ഒസോറിയോ : അവനെങ്ങാൻ ഇതുവഴി വന്നെന്നറിഞ്ഞാൽ. (വീണ്ടും
അടിക്കാനായുന്നു.)

(പെട്ടെന്ന് ഫിദൽ, ചെ, റൗൾ എന്നിവർ വരുന്നു. ഫിദൽ ചാട്ട
പിടിക്കുന്നു. ആഞ്ഞുവലിക്കുന്നു. ഒസോറിയോ തെറിച്ചുവീഴുന്നു.
ചെയും റൗളും അയാളെ കൈകാര്യം ചെയ്യാൻ മുന്നോട്ടുവരു
ന്നു. ഫിദൽ തടയുന്നു.)

ഫിദൽ : സോറി മിസ്റ്റർ ഒസോറിയോ. (പിടിച്ചെഴുന്നേൽപ്പിക്കുന്നു.)
ഞാൻ കേണൽ മാത്തോസ്. പ്രസിഡണ്ട് ബാത്തി
സ്ത ഇങ്ങോട്ടയച്ചതാ. കാട്ടിൽത്തന്നെ ആയതിനാൽ
ഒന്നു ഷേവ് ചെയ്യാൻപോലും പറ്റിയില്ല.

(ഒസോറിയോ സല്യൂട്ടടിക്കുന്നു)

ഒസോറിയോ : നമസ്കാരം സാർ. (കൈകൊടുക്കുന്നു. പെട്ടെന്ന് വായ
പൊത്തി) ഞാൻ ലേശം കഴിച്ചിട്ടൊണ്ട്.... ക്ഷമിക്കണം.
റൗൾ : ആരാ കുടിച്ചുപോവാത്തത്? പട്ടാളക്കാർപോലും കുടി
ച്ചുപോവും. എപ്പോഴും ടെൻഷനല്ലേ?
ഒസോറിയോ : ഓ... അവന്മാർക്ക് എപ്പോഴും തീനും കുടിയുമല്ലേ?
നമ്മൾക്ക് ആ കുരുത്തംകെട്ട പിള്ളേരെ പേടിച്ച്
ഊണില്ല, ഉറക്കമില്ല.
ഫിദൽ : ഒസോറിയോ.. എന്താണ് ഇനിയും കാസ്ട്രോയും കൂട്ട
രെയും തുരത്താത്തത്? ഞാനതന്വേഷിക്കാൻ വന്നതാ.
ഒസോറിയോ : സത്യം പറയാലോ കേണൽസാർ, ആ താടിക്കാരേയ്
ഉശിരന്മാരാ. പക്ഷേ, നിങ്ങളയച്ച പട്ടാളക്കാരോ? ഉം..
ഉം.. (ഒന്നിനും കൊള്ളില്ലെന്ന് ആംഗ്യം) ബാരക്കിൽ
സുഖിച്ച് മടിക്കുകയല്ലേ.
ചെ ഗുവേര : ഓഹോ. അങ്ങനെയാണോ?
ഒസോറിയോ : കേണൽ സാർ. എത്രയും വേഗം ആ കാസ്ട്രോയു
ടെയും കൂട്ടരുടെയും കഥ കഴിക്കണം. എന്നിട്ട് എന്റെ
കയ്യിൽ ഏൽപ്പിക്കണം.
ഫിദൽ : അതെന്തിനാ?
ഒസോറിയോ : അവന്റെ തലയറുത്ത് പ്രസിഡണ്ടിന് സമ്മാനിക്കാൻ.
ഒരുലക്ഷം പിസോയാ അവന്റെ തലയ്ക്ക് വില പറ
ഞ്ഞിട്ടുള്ളത്.
ചെ ഗുവേര : ആഹാ... എന്നിട്ടും പട്ടാളക്കാർ ക്യാമ്പിൽ നേരം

കൊല്ലുന്നോ? അത്രയ്ക്കായോ? ഒസോറിയോ, ബാര
ക്കിലേക്കുള്ള വഴിയൊന്ന് കാണിച്ചുതരുമോ?

ഒസോറിയോ   : പിന്നെന്താ? വരണം. വരണം.

(ആടിയാടി നടക്കുന്നു. ഫിദലും സംഘവും കൂടെ പോകുന്നു.
പട്ടാളക്യാമ്പ് കാണുന്നു. മദ്യപാനവേളയിലാണവർ. ഒസോറിയോ
യുടെ വായിൽ തുണി തിരുകി ചാട്ടകൊണ്ട് കൈകൾകെട്ടി
ഫിദലും സംഘവും പട്ടാളക്കാരെ കീഴടക്കുന്നു. ആയുധങ്ങൾ പിടി
ച്ചെടുക്കുന്നു. ക്യാമ്പിന് തീ കൊടുക്കുന്നു.)

രംഗം – 24

കത്ത്: 1958 നവംബർ...

പ്രിയപ്പെട്ട അമ്മയ്ക്ക്.. സിയറാമെയ്സ്ത്ര പർവതത്തിനുമുക
ളിൽനിന്നാണ് ഇതെഴുതുന്നത്. നാളെ ഞങ്ങൾ ഇവിടം വിടുക
യാണ്... നേരിട്ടുള്ള യുദ്ധത്തിന്. മെക്സിക്കോയിൽവെച്ച് ഒരു
ദിവസം മരിയാന്റി ചോദിച്ചു: മരിച്ചാൽ ആരെ വിവരമറിയിക്കണ
മെന്ന്... മരിക്കാനുള്ള സാധ്യത ശരിക്കും ഞങ്ങളെ അലട്ടി. പിന്നീട്
ഞങ്ങൾ മനസിലാക്കി അത് സത്യമാണെന്ന്. ഒരു വിപ്ലവത്തിൽ
ആളുകൾ ഒന്നുകിൽ മരിക്കും; അല്ലെങ്കിൽ വിജയിക്കും. ഇത് അവ
സാനമാകാം... അങ്ങനെ സംഭവിച്ചാൽ ഇതെന്റെ അവസാനത്തെ
ആലിംഗനമായി കണക്കാക്കണം. അമ്മയുടെ റ്റേറ്റേ നല്ല ഡോക്ട
റായില്ലായിരിക്കാം, പക്ഷേ, യോദ്ധാവ് എന്ന നിലയ്ക്ക് ഞാനി
പ്പോൾ ഒട്ടും മോശമല്ല.

ഒരു കലാകാരന്റെ അർപ്പണബുദ്ധിയോടെ ഞാൻ കാച്ചിക്കുറുക്കി
യെടുത്ത എന്റെ ദൃഢനിശ്ചയം ദുർബലമായ എന്റെ കാലു
കൾക്കും പരിക്ഷീണമായ എന്റെ ശ്വാസകോശങ്ങൾക്കും കുറ
ച്ചുകൂടി ശക്തി നൽകുന്നു. ഞാൻ മരിച്ചാൽ എന്നെക്കുറിച്ചുള്ള
ഓർമകളിൽനിന്ന് നല്ലതുമാത്രം കരുതിവയ്ക്കുക. അമ്മയുടെ
റ്റേറ്റേയെക്കുറിച്ച് ചരിത്രം എന്ത് വിധിയെഴുതിയാലും അമ്മയ്ക്ക്

ഒന്നുറപ്പിക്കാം. സ്വാർത്ഥമായ നിലനിൽപ്പിന് വേണ്ടിയുള്ള പിടിച്ചി
ലിനിടയിലല്ല, വിശാല ലാറ്റിനമേരിക്ക എന്ന മഹത്തായ സ്വപ്ന
ത്തിനുവേണ്ടിയുള്ള പോരാട്ടത്തിനിടയിലാണ് ഞാൻ മരിച്ചുവീണ
തെന്ന്.

*(കത്തിന്റെ അവസാനമെത്തുമ്പോഴേക്കും ചെ ആസ്ത്മ കൊണ്ട്
വലയുന്നു. ശ്വാസമെടുക്കാൻ ആവുന്നില്ല. പുതപ്പിൽ ചുരുണ്ടുകി
ടക്കുന്നു.)*

(രംഗത്തിന്റെ മറ്റേ പകുതിയിൽ ഫിദലും സീലിയയും തീ കായുന്നു.)

ഫിദൽ : നിനക്ക് നഷ്ടബോധം തോന്നുന്നുണ്ടോ സീലിയാ.

സീലിയ : ഇല്ല... ഒട്ടുമില്ല. വെടിമരുന്നുകൊണ്ടാണ് ഞങ്ങളെ
മാമോദീസ മുക്കിയതെന്ന് ചെ പറയാറില്ലേ?

ഫിദൽ : എന്നാലും ചില നിമിഷങ്ങളിലെങ്കിലും... നുരഞ്ഞുപൊ
ങ്ങുന്ന വീഞ്ഞുകുപ്പികളും സംഗീതവും നിറഞ്ഞ
സായാഹ്നങ്ങൾ... എല്ലാവരും ഒത്തുചേർന്ന് ആഘോ
ഷിക്കുന്ന ഈസ്റ്റർ. കുസൃതി നിറഞ്ഞ ചിരിയുമായി
കുറുമ്പുകാണിക്കുന്ന നമ്മളുടെ കുഞ്ഞുങ്ങളുടെ
മുഖം... എന്റെ മകൻ ഇപ്പോൾ എന്തുചെയ്യുകയാവും
സീലിയാ...

സീലിയ : *(ചെയെ ചൂണ്ടി)* നോക്കൂ ഫിദൽ... ചെ അമ്മയുടെ
ചൂടിൽ തണുപ്പിനെ ഒളിപ്പിക്കുകയാണ്. നിങ്ങളുടെ
മകൻ അവന്റെ അടുത്തല്ലേ? അവൻ സുരക്ഷിത
നാണ്.

ഫിദൽ : എന്റെ മിർത്ത ഇപ്പോഴും എന്നെ സ്നേഹിക്കുന്നുണ്ടാ
വുമോ സീലിയാ? ഉണ്ടാവില്ല...

സീലിയ : തിരിച്ചുകിട്ടാത്ത സ്നേഹം ദുഃഖം തന്നെയാണ്; അത്
ആർക്കായാലും.

(ഫിദൽ കുറേക്കൂടി അടുപ്പിനരികിലേക്ക് നീങ്ങുന്നു.)

സീലിയ : ഫിദൽ, ചൂട് പോരെന്ന് തോന്നുന്നുണ്ടോ?

ഫിദൽ : എന്തിന്?

സീലിയ : ശരീരത്തിന്.

ഫിദൽ : ശരീരത്തിന്റെ വിലികളെ നമ്മൾ മാനിക്കാറില്ലല്ലോ
സീലിയ.

സീലിയ : വിഷമം തോന്നുന്നുണ്ടോ? ചിലപ്പോഴെങ്കിലും തെറ്റു
കൾ ചെയ്യാമായിരുന്നു, അല്ലേ?

ഫിദൽ : സത്യമായും എനിക്കറിയില്ല സീലിയ. നാളെ നമ്മുടെ

ശരിതെറ്റുകൾക്കുമേലെ വിജയത്തിന്റെ പതാക ഉയരും. പാവം മനുഷ്യരുടെ നിറഞ്ഞ പുഞ്ചിരിയിൽ നമ്മളും അങ്ങനെ ഒഴുകിപ്പോകും. അതുമതി, നമുക്കതുമതി.

സീലിയ : നമ്മൾ ഒരുപക്ഷേ, തോറ്റുപോയാലോ ഫിദൽ? അനാ ഥമാക്കപ്പെട്ട ചോദ്യങ്ങൾക്ക് നമ്മൾ എന്തുത്തരം പറയും?

ഫിദൽ : തോറ്റുപ്പോയാൽ, മരണത്തിന്റെ നിശ്ശബ്ദതയിൽ ചോദ്യങ്ങളെവിടെ സീലിയ? ഞാനും നിങ്ങളും എന്ന ഒന്നില്ല. നമ്മൾ മാത്രം. നമ്മുടെ ജനങ്ങൾ, നമ്മുടെ രാജ്യം...

സീലിയ : സഖാവേ, ഞങ്ങളെല്ലാം, ചെ പോലും, എത്തിപ്പിടി ക്കാൻ കൊതിക്കുന്ന ആദർശത്തിന്റെ പേരാണ് ഫിദൽ കാസ്ട്രോ. നമ്മുടെ വലിയ ശരികൾ, നമ്മുടെ ചെറിയ ചെറിയ തെറ്റുകളെ റദ്ദുചെയ്യട്ടെ. വളരെ വൈകി. വരൂ. നമുക്ക് കിടക്കാം.

(പിന്നിലൂടെ കയ്യിൽ തോക്കുമായി ആരോ പതുങ്ങിവരുന്നു. തുണി കൊണ്ട് ദേഹം മൂടിയിട്ടുണ്ട്. പെട്ടെന്ന് ചെ ചാടിയെണീറ്റ് അയാളെ കീഴ്പ്പെടുത്തുന്നു. അതിനിടയിൽ തോക്ക് പൊട്ടിപ്പോകുന്നു. ഫിദലും ചെയും ചാടിയെണീക്കുന്നു.)

ഫിദൽ : യുട്ടീമിയ... അമ്മയ്ക്ക് അസുഖമാണെന്ന് പറഞ്ഞ് പോയതല്ലേ താൻ?

ചെ : യുട്ടീമിയ... സത്യം പറ... ആരാ നിന്നെ അയച്ചത്?

യുട്ടീമിയ : *(വിക്കി വിക്കി)* കേണൽ മാത്തോസ്...

ചെ : എത്ര തന്നു?

യുട്ടീമിയ : പതിനായിരം പിസോ.

ഫിദൽ : എല്ലാ രഹസ്യങ്ങളും ചോർത്തിയോ?

യുട്ടീമിയ : ഇതുവരെയുള്ളതെല്ലാം.

ഫിദൽ : നായേ... *(ആഞ്ഞുചവിട്ടുന്നു)*

ചെ : നിനക്കും നിന്റെ കുടുംബത്തിനും എന്തെല്ലാം സഹാ യങ്ങൾ ഞങ്ങൾ ചെയ്തു.

ഫിദൽ : നിന്റെ കള്ളക്കണ്ണീരുകണ്ട് ഞങ്ങൾ വിശ്വസിച്ചു പോയി.

ചെ : കോമ്രേഡ്ഷിപ്പ് എന്ന ഒന്നിനെക്കുറിച്ച് തനിക്കറി യാമോ?

ഫിദൽ : ആദർശത്തിന്റെ അടിസ്ഥാനത്തിലുള്ള വിശ്വസ്തത യാണത്.

ചെ : ഹൃദയമിടിപ്പുപോലും ഒന്നായിത്തീരുന്ന സൗഹൃദമാ
ണത്.

യുട്ടീമിയ : *(പൊട്ടിക്കരഞ്ഞ്)* പൊറുക്കാനാവാത്ത തെറ്റാ ഞാൻ
ചെയ്തത്... ഞാൻ മരിക്കേണ്ടവനാണ്. എന്നെ
കൊന്നുകളയൂ കോമ്രേഡ് ഫിദൽ...

ഫിദൽ : അതെ. നീ മരിക്കേണ്ടവനാണ്.

(യുട്ടീമിയയെ വെടിവെച്ചുകൊല്ലുന്നു.)

*(വിമാനത്തിന്റെ ഇരമ്പൽ. ഒരുനിമിഷം വിളക്കുകൾ അണയുന്നു.
ഒരു വെടിശബ്ദം. എല്ലാവരും ഒളിക്കുന്നു.)*

രംഗം – 25

(തോക്കുമായി മാർച്ചുചെയ്യുന്ന വിപ്ലവകാരികൾ. വെടിവെപ്പ്. വിജ
യിക്കുന്നു. അവിടെ കൊടി കുത്തുന്നു.)

ഫിദൽ   : (വയർലെസിൽ) കമ്പാനബാരക് ഓപ്പറേഷൻ സക്സ
                    സ്... ഓവർ... സാന്താക്ലാര ഓപ്പറേഷൻ സക്സസ്...
                    ഓവർ...

(മാർച്ച് തുടരുന്നു. അടുത്ത വിജയം കൊടിനാട്ടൽ)

ചെ   : (വയർലെസിൽ) ലാസ് വില്ലാസ് ഓപ്പറേഷൻ
                    സക്സസ് ഓവർ...

ഫിദൽ   : (വയർലെസിൽ) വിമാനത്തിലേക്ക് മാർച്ച് ചെയ്യുക,
                    ഓവർ..

(ഒടുവിൽ ഒരു ഭാഗത്തുനിന്ന് ഫിദലിന്റെയും സൈന്യങ്ങൾ മാർച്ച്
ചെയ്ത് വരുന്നു. റൗൾ ഓടിയെത്തുന്നു.)

റൗൾ   : കോമ്രേഡ്സ്... നമ്മൾ വിജയിച്ചു. ബാത്തിസ്ത
                    ഡൊമിനിക്കൻ ഒളിച്ചോടി.

ഫിദൽ   : ട്രൂജിലില്ലോയുടെ അടുത്തേക്ക്. (എല്ലാവരും പൊട്ടി
                    ച്ചിരിക്കുന്നു.)

ഫിദൽ   : വീവാ...

എല്ലാവരും   : ക്യൂബൻ റെവലൂഷൻ...

ജനങ്ങൾ   : വീവാ... ഫിദൽ കാസ്ട്രോ, വീവാ.... ചെ ഗുവേര...

(ജനങ്ങളുടെ വിജയാഹ്ലാദം. വിപ്ലവപതാക ഉയർത്തൽ)

(ഫിദൽ പ്രസംഗപീഠത്തിൽ; ജനങ്ങളുടെ ആരവം)

ഫിദൽ : കണകംബാറ്റിയന്റോസ് ക്യൂബാനോസ്, അസാധ്യ
മെന്ന് കരുതിയിരുന്നത് ഇതാ നമുക്ക് സാധ്യമായിരി
ക്കുന്നു. പരാജയപ്പെട്ട വിപ്ലവങ്ങൾ നമുക്കുമുന്നിൽ
ധാരാളമുണ്ട്. തോറ്റവർ ചോരക്കടലിൽ മുങ്ങിത്താ
ഴുന്ന കാഴ്ചയേ ചരിത്രത്തിലിന്നോളം ഉണ്ടായിട്ടുള്ളൂ.
പക്ഷേ, നമ്മളിതാ വിജയിച്ചിരിക്കുന്നു. ഇനിമേൽ
ക്യൂബ പണിയെടുക്കുന്ന മനുഷ്യരുടേതായിരിക്കും.
ഫാക്ടറികൾ വ്യക്തികളുടേതല്ല, രാഷ്ട്രത്തിന്റേതാണ്.
അധികാരത്തിലിരുന്ന് കോടികൾ സമ്പാദിച്ച സകല
രുടെയും സ്വത്തുക്കൾ നമ്മൾ കണ്ടുകെട്ടും. കറുത്ത
വരോടുള്ള വിവേചനം അവസാനിപ്പിക്കും. ഭൂമാഫി
യകളുടെ ഭൂമി പിടിച്ചെടുക്കും. എന്റെ കുടുംബസ്വ
ത്തായ 36000 ഏക്കർ ഭൂമിയുൾപ്പെടെ സകലഭൂമിയും
പാവങ്ങൾക്ക് പതിച്ചു നൽകും. *(ജനങ്ങളുടെ ആര*
വം) ദാരിദ്ര്യവും പട്ടിണിയും, തൊഴിലില്ലായ്മയും നിര
ക്ഷരതയും ക്യൂബൻ മണ്ണിൽ നിന്ന് തുഞ്ചെറിയും.
വിപ്ലവത്തിന്റെ മുഖ്യശിൽപ്പിയായ സഖാവ് ചെ ഗുവേര
ഇനി ക്യൂബൻ പൗരനും ദേശീയബാങ്ക് ചെയർമാനും
നമ്മുടെ വിദേശകാര്യമന്ത്രിയുമായിരിക്കും.

(ചെ എല്ലാവരെയും അഭിവാദ്യം ചെയ്യുന്നു)

രംഗം – 26

(പാർട്ടി കേന്ദ്രകമ്മിറ്റി യോഗം. ഫിദൽ, റൗൾ, സീലിയ, ലരേ)

ഫിദൽ : അമേരിക്കയുടെ ഉപരോധത്തെ എങ്ങനെ നേരിടണ
മെന്നതാണ് ഇന്നത്തെ യോഗത്തിൽ അടിയന്തരമായി
ചർച്ച ചെയ്യേണ്ട വിഷയം. ഈ മാസം ഒരുതരി പഞ്ച
സാര പോലും അവർ നമ്മളോട് വാങ്ങിയിട്ടില്ല. എണ്ണ
തരില്ലെന്ന നിലപാടിൽ മാറ്റമില്ലെന്ന് എണ്ണക്കമ്പനികൾ
ആവർത്തിച്ചിരിക്കുന്നു.

ദാരിയോ : ഇടപെട്ടു സംസാരിക്കുന്നതിൽ ക്ഷമിക്കണം. അതി
ലേറെ പ്രാധാന്യമുള്ള ഒരു വിഷയമുണ്ട്. എന്റെ മാത്രം
അഭിപ്രായമല്ല. ഇവിടെയുള്ള എല്ലാവരുടേയും താൽപ്പ
ര്യമാണ്.

ഫിദൽ : ഇന്നത്തെ അജണ്ടയിൽ മറ്റൊന്നുമില്ല...

റൗൾ : ദാരിയോ പറയാനുദ്ദേശിക്കുന്ന വിഷയം ആദ്യം
ചർച്ചയ്ക്ക് വയ്ക്കണം. അതു മറ്റൊന്നുമല്ല. സഖാവ്
ചെയെക്കുറിച്ചാണ്.

ഫിദൽ : അത് മറ്റൊരവസരത്തിലാകാം.

റൗൾ : പറ്റില്ല... ചോദ്യങ്ങൾക്ക് മറുപടി പറയാനാകാതെ,
അഭ്യൂഹങ്ങൾക്ക് വിശദീകരണം കൊടുക്കാനാ
കാതെ... മാസങ്ങളായി ഞങ്ങൾ...

ഫിദൽ : റൗൾ... പാർട്ടി രഹസ്യങ്ങൾ എങ്ങനെ സൂക്ഷിക്കണ
മെന്ന് ഞാൻ പഠിപ്പിച്ചുതരണോ?

നിക്കോളാസ് : ക്യൂബ ഒരേകാധിപതിയുടെ ഭരണത്തിൻകീഴിലാ

ണെന്ന് ഇപ്പോഴും ഞങ്ങൾ വിശ്വസിച്ചിട്ടില്ല. പാർട്ടി
നിയമങ്ങൾ താങ്കൾക്കും ബാധകമാണ്.

സീലിയ   : തുറന്നുപറയട്ടെ.. കോമ്രേഡ് ചെയുടെ തിരോധാന
ത്തിൽ ഞങ്ങൾക്ക് സംശയമുണ്ട്. വിപ്ലവത്തിന്റെ നാളു
കളിൽ പറഞ്ഞുപഠിച്ച പാഠങ്ങൾ പലതും അധികാര
ത്തിന്റെ തണലിൽ വിശ്രമിക്കുമ്പോൾ സഖാവ് മറന്നു
പോകുന്നു. ഉത്തരവാദിത്വമുള്ള സഖാക്കൾക്ക് അത്
നാവടക്കി നോക്കിനിൽക്കാൻ കഴിഞ്ഞില്ലെന്നുവരും.
എവിടെ ചെ? മറുപടി പറഞ്ഞേ പറ്റൂ.

ഫെലിക്സ്   : മാർച്ച് 14 ന് നമ്മളൊന്നിച്ചല്ലേ ചെയെ സ്വീകരിക്കാൻ
ചെന്നത്? അവിടെനിന്നും ചെ പോയതെങ്ങോട്ടാണ്?

റൗൾ   : ഒരുകോടി ഡോളറിന് ക്യൂബയുടെ രഹസ്യങ്ങൾ
ചോർത്തിക്കൊടുത്ത് ഫിലാഡെൽഫിയയിൽ അമേരി
ക്കയുടെ അതിഥിയായി കഴിയുകയാണ് ചെ എന്നാണ്
ന്യൂസ് വീക്കിന്റെ ഏറ്റവും പുതിയ റിപ്പോർട്ട്.

ഒരാൾ   : ചെ അത് ചെയ്യില്ല. ചൈനയുടെ നയങ്ങളോടുള്ള
ചെയുടെ ആഭിമുഖ്യം എല്ലാവർക്കുമറിയാം. അതിന്റെ
പേരിൽ താങ്കളുമായുള്ള അഭിപ്രായവ്യത്യാസവും പര
സ്യമാണ്. ശത്രുക്കളെ ഉന്മൂലനം ചെയ്യുക എന്ന നയം
തന്ത്രശാലിയായ ഫിദൽ കാസ്ട്രോയ്ക്ക് നമ്മൾ പഠി
പ്പിച്ചുകൊടുക്കേണ്ടല്ലോ? തുറന്നുപറ, നിങ്ങൾ ചെയെ
എന്തുചെയ്തു?

ദാരിയോ   : പ്രസിഡണ്ടാകാൻ ചെ ആഗ്രഹിച്ചിരുന്നു. അതാണ്
സത്യം.

റൗൾ   : ഈ മുഖം സഖാവിന് ചേർന്നതല്ല, ഒരു കുറ്റവാളി
യുടെ മൗനമാണിത്. ക്യൂബൻ വ്യവസായമന്ത്രി കരി
മ്പുവെട്ടാൻ പോയിരിക്കയാണ്, മൂന്നുമാസം കഴിഞ്ഞേ
വരൂ എന്ന് പത്രക്കുറിപ്പ് ഇറക്കേണ്ടിവരുന്നത് പരിഹാ
സ്യമാണ് ഫിദൽ.

മറ്റൊരാൾ   : ആശയസമരങ്ങളെ അടിച്ചമർത്തുന്നതിന് ഇത്ര നീച
മായ മാർഗം നിങ്ങൾ സ്വീകരിക്കുമെന്ന് ഞങ്ങൾ കരു
തിയില്ല.

ഗാർഷ്യ   : കോമ്രേഡ്. നമ്മൾ ഇപ്പോൾ പഴയ ഓർത്തഡോക്സ്
പാർട്ടിക്കാരോ ജൂലൈ 26 പ്രസ്ഥാനക്കാരോ അല്ല;
കമ്യൂണിസ്റ്റുകാരാണ്. അപരന്റെ വാക്കുകൾ സംഗീ
തംപോലെ കേൾക്കേണ്ട കമ്യൂണിസ്റ്റുകാർ. പക്ഷേ,
കമ്യൂണിസ്റ്റ് ഭരണത്തിൽ ഒരു നേതാവ് തന്നെ അപ്ര

തൃക്ഷനാകുന്നു. എന്നിട്ടും, പാർട്ടിയുടെ ഒന്നാം സെക്ര
ട്ടറിയായ താങ്കൾക്ക് ഒരു വിശദീകരണംപോലും
നൽകാൻ കഴിയുന്നില്ല.

സീലിയ : ബ്യൂണസ് അയേഴ്സിലെ ക്യാൻസർ സെന്ററിൽ
മരണംകാത്ത് കഴിയുമ്പോൾ ചെയുടെ അമ്മ താങ്കളെ
വിളിച്ച് അറിയിച്ച അന്ത്യാഭിലാഷം ഒന്നുമാത്രമാണ്,
സ്വന്തം മകനെ ഒരു നോക്ക് കാണണമെന്ന്. അതിനു
പോലും മറുപടി പറയാൻ നിങ്ങൾക്ക് കഴിഞ്ഞില്ല.
ഷെയിം ഓൺ യു കോമ്രേഡ്.

റൗൾ : അധികാരത്തിന്റെ പരമപദത്തിലേക്ക് നടന്നുകയറു
മ്പോൾ അതിന് തടസം നിന്നവരെയൊക്കെ... എന്തിന്...
രാഷ്ട്രീയത്തിന്റെ ബാലപാഠം പഠിപ്പിച്ച എഡ്ഡോഡോ
ചിബാസിനെപ്പോലും കൊന്നുകളഞ്ഞ പാരമ്പര്യമാണ്
ഫിദൽ കാസ്ട്രോയ്ക്ക്... പിന്നെയാണോ ചെ.

ഫിദൽ : നിർത്ത്... നിർത്താൻ... ഈ നിമിഷങ്ങളെയോർത്ത്
എനിക്ക് ലജ്ജ തോന്നുന്നു. നിങ്ങളിത്രയും നേരം പറ
ഞ്ഞതിൽ ഒരു സത്യമേയുള്ളൂ. ചെയെക്കുറിച്ച് പുറം
ലോകം ഒന്നും അറിയരുതെന്ന് ഞാൻ ആഗ്രഹിച്ചു.
മഹാനായ ചെയോട്, ചരിത്രത്തിൽ സമാനതകളി
ല്ലാത്ത ആ പോരാളിയോട് എന്നും എനിക്ക് ആരാധ
നയായിരുന്നു. ആ മനസിന്റെ അതിരുകളില്ലാത്ത വിശാ
ലതയിലേക്ക് എനിക്ക് വളരാൻ കഴിയുന്നില്ലല്ലോ എന്ന
നിരാശയായിരുന്നു. ഇതാ... *(കീശയിൽനിന്ന് ഒരു
കത്തെടുക്കുന്നു.)* ആറുമാസമായി ഞാനീ തീക്കനൽ
ഹൃദയത്തിലേറ്റി നടക്കുന്നു. ഇനി വയ്യ. ഇതാ വായി
ച്ചുനോക്ക്.

(റൗൾ കത്ത് തുറക്കുന്നു.)

(കത്ത് ചെയുടെ ശബ്ദത്തിൽ.)

1965 ഏപ്രിൽ

പ്രിയപ്പെട്ട ഫിദൽ,

ഈ നിമിഷം ഞാൻ പലതുമോർക്കുന്നു. മരിയാ അന്റോണിയുടെ
വീട്ടിൽവെച്ച് നമ്മൾ കണ്ടത്. താങ്കൾ എന്നെ ക്ഷണിച്ചത്. ആ
തയാറെടുപ്പിന്റെ വിഷമങ്ങൾ. എല്ലാം... എന്റെ നാളുകൾ മഹനീ
യങ്ങളായിരുന്നു. സമുജ്ജ്വലമായ പോരാട്ടത്തിന്റെ നാളുകളിൽ
താങ്കളുടെയൊപ്പം നിൽക്കുമ്പോൾ എന്നിൽ അഭിമാനം നിറഞ്ഞു.

ക്യൂബൻവിപ്ലവത്തോടുള്ള എന്റെ കടമകൾ നിറവേറ്റിക്കഴിഞ്ഞു വെന്ന് ഞാൻ വിശ്വസിക്കുന്നു.

മറ്റു രാജ്യങ്ങൾ എന്റെ എളിയശ്രമം ആവശ്യപ്പെടുന്നു. അതിനാൽ, പാർട്ടിയുടെ ദേശീയ നേതൃത്വത്തിൽ എന്റെ സ്ഥാനം, മന്ത്രി സ്ഥാനം, മേജർ പദവി, ക്യൂബൻ പൗരത്വം ഇവയെല്ലാം ഞാനിതാ ഉപേക്ഷിക്കുന്നു. താങ്കളോട് വിട പറയുന്നു.

എന്നെ സ്വന്തം മകനായി സ്വീകരിച്ച ഒരു ജനതയെയാണ് ഞാനി വിടെ ഇട്ടെറിഞ്ഞുപോവുന്നത്. അത് എന്നെ ആഴത്തിൽ മുറിപ്പെ ടുത്തുന്നു. മറ്റൊരാകാശത്തിന്റെ കീഴിലാണ് എന്റെ അന്ത്യമുണ്ടാ വുന്നതെങ്കിൽ അപ്പോഴും എന്റെ ചിന്ത ഈ ജനതയെയും താങ്ക ളെയും കുറിച്ചായിരിക്കും.

ഭാര്യക്കും കുട്ടികൾക്കും ഭൗതികമായി ഒന്നും കൊടുക്കാനില്ലെ ന്നതിൽ എനിക്ക് സങ്കടമില്ല. അവരെ രാഷ്ട്രം സംരക്ഷിച്ചുകൊ ള്ളുമെന്നും എനിക്കറിയാം. എന്നുമെന്നും വിജയത്തിലേക്ക്... മുന്നോട്ട്.. വിപ്ലവാഭിവാദ്യങ്ങളോടെ-

സ്വന്തം ചെ.

(എല്ലാവരും നിശ്ശബ്ദമായി പിരിഞ്ഞുപോകുന്നു. ഫിദൽ ഒറ്റയ് ക്കാകുന്നു.)

രംഗം – 27

പട്ടാളം 1 : മി. ചെ ഗുവേര നിങ്ങൾ എന്താണാലോചിക്കുന്നത്?

പട്ടാളം 2 : മരണത്തിലൂടെ കിട്ടാൻപോകുന്ന അനശ്വരതയെക്കു റിച്ചായിരിക്കും.

ചെ : അല്ല... വിപ്ലവത്തിന്റെ അനശ്വരതയെക്കുറിച്ച്.

പട്ടാളം 2 : വിപ്ലവത്തിന്റെ അനശ്വരത.

(അടിക്കുന്നു)

ചെ : നിങ്ങളെ ഇതിനു നിയോഗിച്ച സി ഐ എ തലവ നോടും അമേരിക്കൻ പ്രസിഡണ്ടിനോടും ചെന്ന് പറ ഞ്ഞേക്ക് വെടിവെച്ചൊടുക്കാൻ കഴിയുന്നതല്ല മനുഷ്യ മോചനത്തിന്റെ മഹാസ്വപ്നങ്ങളെന്ന്.

പട്ടാളം 1 : ചാവാൻ നേരത്താ അവന്റെയൊരു വിമോചനം.

ചെ : നിങ്ങൾക്കൊരു മനുഷ്യനെ മാത്രമാണ് കൊല്ലാൻ സാധിക്കുക. വിമോചനാശയങ്ങളെയല്ല.

പട്ടാളം 2 : ചിലക്കാതെ കാത്തിരിക്കെടാ നിന്റെ മരണത്തിനായി.

പട്ടാളം 1 : അറുത്തെടുക്കും നിന്റെ നാക്കും കൈകളും.

(അടിക്കുന്നു)

ചെ : ഉയരാൻ മടിക്കുന്ന കൈകളും പറയാൻ മടിക്കുന്ന
നാവും അടിമത്തത്തിന്റെ ലക്ഷണങ്ങളാണ്. ഉം വെക്ക്
വെടി എന്റെ നെഞ്ചിലേക്ക്. ഹസ്താല വിക്ടോറിയ
സിയമ്പ്ര.

(പട്ടാളക്കാർ വെടിവെക്കുന്നു. ചെ മരിച്ചുവീഴുന്നു)

രംഗം – 28

ഫിദലിന്റെ ശബ്ദം	: *(വോയിസ് ഓവറിൽ)* കാലം കടന്നുപൊയ്ക്കൊണ്ടി രുന്നു. ഒന്നിനും കീഴടങ്ങാത്ത സീലിയ അവസാനം ക്യാൻസർ എന്ന മഹാരോഗത്തിന് കീഴടങ്ങി. പ്രിയ സഖാവിന്റെ വേർപാട് താങ്ങാനാവാതെ ഹെയ്തി സാന്താ മറിയ സ്വയം ജീവനൊടുക്കി. എന്നിട്ടും ക്യൂബ മുന്നോട്ടുതന്നെ പോയി. ലോകത്തെ പിടിച്ചു ലച്ച ദുരന്തമുഹൂർത്തങ്ങളെ നേരിട്ടുകൊണ്ട്...

(വെളിച്ചം തെളിയുന്നു. ഒരു തെരുവ്. പല ഭാഗത്തുനിന്നായി ആശ ങ്കമുറ്റിയ മുഖത്തോടെ വരുന്ന ജനങ്ങൾ പതിഞ്ഞ സ്വരത്തിൽ അവരുടെ ആശങ്കകൾ പങ്കുവയ്ക്കുന്നു.)

ഒരാൾ	: ബർലിൻ മതിൽ പൊളിച്ചു. സോവിയറ്റ് യൂണിയൻ തകർന്നു. മാർക്സിന്റെയും ലെനിന്റെയും പ്രതിമകൾ അടിച്ചുതകർത്തു.
മറ്റൊരാൾ	: കൃഷിയുടെ കാര്യത്തിൽ നമ്മളങ്ങ് മുന്നേറുകയയല്ലേ...
ഒരാൾ	: രാജ്യങ്ങൾ കമ്യൂണിസ്റ്റ് കൊടികളും ചിഹനങ്ങളും ഉപേക്ഷിച്ചു.
അയാൾ	: എല്ലാം കാലഹരണപ്പെട്ടെന്ന് അവർ പ്രചരിപ്പിച്ചുകൊ ണ്ടേയിരുന്നു.
അയാൾ	: നമ്മുടെ രാഷ്ട്രം? നമ്മുടെ കൂട്ടായ്മ?

മറ്റൊരാൾ : പറയൂ നമ്മൾ എന്ത് ചെയ്യും, എല്ലാം വലിച്ചെറിഞ്ഞ്
നമ്മളെങ്ങോട്ട് പോകും?

(ഒരു ചുഴലിക്കാറ്റ് ആഞ്ഞടിക്കുന്നു. ജനങ്ങൾ കാറ്റിൽ ഉലയുന്നു.
എല്ലാം തകർന്നുവീഴുന്നു. ഫിദൽ ജനങ്ങളെ അഭിസംബോധന
ചെയ്യുന്നു.)

(ഫിദലിന്റെ പ്രസംഗം മുഴങ്ങുന്നു)

ഫിദൽ : എന്റെ പ്രിയപ്പെട്ട സഖാക്കളേ, അതിഭയങ്കരമായൊരു
പരീക്ഷണകാലത്തിലൂടെയാണ് നാം കടന്നുപോകു
ന്നത്. ആരും ആശങ്കപ്പെടരുത്. പതറരുത്. കടലുകൾ
ഉഴുതു മറിക്കുന്ന പ്രകൃതി നമുക്കെതിരെ തിരിയുന്നു
വെങ്കിൽ, അതിനോടും യുദ്ധം ചെയ്യണമെന്നാണ്,
സൈമൺബൊളിവർ ആഹ്വാനം ചെയ്തത്. അതെ,
നാം പോരാടുക തന്നെയാണ് കടലിനോട് കാറ്റിനോട്
ഭ്രാന്തുപിടിച്ച കാലത്തോട്..
സഖാക്കളേ, ചരിത്രത്തിന് ഭ്രാന്തുപിടിച്ചിരിക്കുക
യാണ്. സോവിയറ്റ് യൂണിയനിലും മറ്റു സോഷ്യലിസ്റ്റ്
രാഷ്ട്രങ്ങളിലും അരങ്ങേറുന്ന ദുഃഖകരമായ സംഭവ
ങ്ങൾക്കാണ് നാം സാക്ഷ്യം വഹിച്ചുകൊണ്ടിരിക്കുന്ന
ത്. കോടിക്കണക്കിനാളുകൾ രക്തവും ജീവനും
നൽകി കെട്ടിപ്പടുത്തതെല്ലാം ഒരു നിമിഷം കൊണ്ട്
തകർത്തെറിയപ്പെടുന്ന കാഴ്ചയാണ് നാം കാണുന്നത്.
നമ്മുടെ വിപ്ലവത്തിന് നാം അവരെ ആശ്രയിച്ചിട്ടില്ല.
ഒരു വെടിയുണ്ടപോലും അവരിൽ നിന്ന് നാം കടം
കൊണ്ടില്ല. പക്ഷേ, ആശയക്കുഴപ്പങ്ങൾ സ്വീകരിച്ചി
ട്ടുണ്ട്. സാമ്രാജ്യത്വം ഉപരോധങ്ങൾകൊണ്ട് നമ്മെ
അവസാനിപ്പിക്കാൻ വന്നപ്പോഴൊക്കെ അവർ നമ്മെ
സഹായിച്ചിട്ടുണ്ട്. നമ്മുടെ വിപണിയുടെ 85 ശതമാ
നവും സോവിയറ്റ് ചേരിയാണ്. ഈ തകർച്ച നമ്മെ
ബാധിക്കാതിരിക്കില്ല. ഫാക്ടറികൾ പൂടേണ്ടി വന്നേക്കാം.
പട്ടിണികിടക്കേണ്ടി വന്നേക്കാം. നാം പിടിച്ചു നിന്നേ
പറ്റൂ. വിനാശത്തിന്റെ നാളുകളെ അതിജീവിച്ചേപറ്റൂ.
മനുഷ്യരാശിയുടെ അറവുകാരനായ സാമ്രാജ്യത്വം
എതിരാളികളില്ലെന്ന അഹന്തയിൽ അതിന്റെ ഉന്മാദ
നൃത്തം തുടരുകയാണ്. അഫ്ഘാനിസ്ഥാനെ അവർ
ഒരു ശ്മശാനമാക്കി മാറ്റി. സ്വതന്ത്ര പരമാധികാരരാ

ഷ്ട്രമായ ഇറാഖിനെ ഒരു തീഗോളമാക്കി. ലക്ഷം പേരെ കൊന്നൊടുക്കി, ബോംബുകളാൽ ഇറാഖിലെ പിഞ്ചുകുഞ്ഞുങ്ങളുടെ കൈകാലുകളും തലച്ചോറും ചിതറിത്തെറിക്കുന്നതുകണ്ട് നരഭോജിയായ ജോർജ് ബുഷ് ആർത്തു ചിരിച്ചു.

ലോകത്തിന്റെ സമ്പത്ത് മുഴുവൻ കയ്യടക്കാനുള്ള അവരുടെ ഭ്രാന്തൻ പ്രയാണം തുടരുമ്പോൾ 100 കോടി ജനങ്ങൾ വിശന്ന് മരിക്കുന്നു. 150 കോടി നിരക്ഷരരുടെ, 50 കോടി ഭവന രഹിതരുടെ, തെരുവുതെണ്ടുന്ന പിഞ്ചുകുഞ്ഞുങ്ങളുടെ ഉദാരവൽകൃതലോകം.

ലോകം ഒരൊറ്റബിന്ദുവിലേക്ക് ഒഴുകിക്കൊണ്ടിരിക്കുമ്പോൾ നമ്മൾക്കുമാത്രം ഒഴിഞ്ഞുനിൽക്കാനാവില്ലെന്ന് അവർ പറയുന്നു. പക്ഷേ, ഒഴുക്കിൽപ്പെട്ട് മുങ്ങിത്താണ ചരിത്രമല്ല ഒഴുക്കിനെതിരെ ഉറച്ചുനിന്ന ചരിത്രമാണ് ഈ ദ്വീപിനുള്ളത്. പട്ടിണിയും ദാരിദ്ര്യവുമില്ലാത്ത തെരുവുതെണ്ടികളും ഭവനരഹിതരുമില്ലാത്ത സോഷ്യലിസം കെട്ടിപ്പടുത്ത നമ്മളായിരുന്നു ശരിയെന്ന് ചരിത്രം വിധിക്കും. മറ്റുള്ളവർക്കുവേണ്ടി, മാനവരാശിയുടെ നിലനിൽപ്പിനുവേണ്ടി, സർവോപരി ഈ ഭൂമിയിലെ ജീവന്റെ അതിജീവനത്തിനുവേണ്ടി പരമാവധി പ്രയത്നിക്കാനും ഏറ്റവും വലിയ ത്യാഗങ്ങൾ സഹിക്കാനുമാണ് കാലം നമ്മോടാവശ്യപ്പെടുന്നത്.

വിപ്ലവം ചരിത്രത്തിന്റെ അനിവാര്യതയാണ്. നമ്മൾക്ക് അത് കയറ്റിയയക്കാനാവില്ല. കാരണം, വിപ്ലവമുഹൂർത്തങ്ങളെ നിർണയിക്കുന്ന സാമൂഹ്യ, ചരിത്ര കാരണങ്ങളെ കയറ്റിയയക്കാൻ കഴിയില്ല. സിയറാ മെയ്സ്ത്ര പർവതത്തെയും ഗ്രാന്മ പടക്കപ്പലിനെയും കയറ്റിയയക്കാനാവില്ല. അതിന്റെ വഴി മനുഷ്യരാശി സ്വയം കണ്ടെത്തും.

സ്വാർഥതയുടെയും അവസരവാദങ്ങളുടെയും ലോകത്ത് അമൂല്യമായ ചില തത്വങ്ങളുടെ സംരക്ഷണത്തിനായി നാം ഉറച്ചുനിൽക്കും. നമ്മൾ കൊടികളും ചിഹനങ്ങളും ഉപേക്ഷിക്കില്ല. സോഷ്യലിസത്തെ ഒരു പാഴ്വസ്തുവായി വലിച്ചെറിയില്ല. മനുഷ്യന്റെ നിലനിൽപ്പിനും സന്തോഷത്തിനും സമത്വം അനിവാര്യമായിരിക്കുന്നിടത്തോളം ചൂഷണത്തിനും അധിനി

വേശത്തിനുമെതിരായ പോരാട്ടം തുടരുക തന്നെ
ചെയ്യും. ക്യൂ വീവാ.. റവലുഷൻ.

(പ്രസംഗത്തിന്റെ പ്രത്യേകഘട്ടത്തിൽ ഫിദൽ അരങ്ങത്തെത്തു
ന്നു. ജനങ്ങൾ കാസ്ട്രോക്കു പിന്നിൽ അണിനിരക്കുന്നതിന്റെ
ദൃശ്യങ്ങൾ... ഒടുവിൽ അദ്ദേഹം ഒരു ചുവന്ന കൊടി ഉയർത്തിപ്പി
ടിക്കുന്നു. ജനങ്ങളും അങ്ങനെ ചെയ്യുന്നു. കാറ്റിൽ പറക്കുന്ന
കൊടികൾക്കിടയിൽ കാസ്ട്രോ മാത്രം ഉയർന്നുനിൽക്കുന്ന
ദൃശ്യം. ഒരു ഗാനം. കർട്ടൻ താഴുന്നു.)

ഫിദൽ കാസ്ട്രോ
നാടകത്തിന്റെ രംഗഭാഷ്യം

അവതരണം:
ദമാം സംഘചേതന,
എതിർദിശ നാടകവേദി

United
Fruit Company